LEARNER'S
SWAHILI – ENGLISH
ENGLISH – SWAHILI
DICTIONARY

D1599961

LEARNER'S
SWAHILI – ENGLISH
ENGLISH – SWAHILI
DICTIONARY

ALI AHMED JAHADHMY

Evans Brothers Limited

Published by Evans Brothers Limited
Montague House, Russell Square
London WC1B 5BX

Evans Brothers (Nigeria Publishers) Limited
PMB 5164, Jericho Road
Ibadan

First published 1981

Set in 10 on 12 point Times by
Tradespools Ltd, Frome, Somerset
Printed and bound by Spottiswoode Ballantyne Ltd,
Colchester and London

ISBN 0 237 50467 7   PRA 7526

Contents

Foreword

I have seen many English-Swahili and Swahili-English dictionaries written for students of these two languages. They are laudable efforts, but just the same I have detected many errors in their Swahili interpretation of English words and vice versa. This is especially true when it comes to Swahili loan words from the Arabic language, for many of the English and other foreign lexicographers who pioneered this venture did not know the Arabic language and relied heavily on their African informants for the meanings of these words. The informants' knowledge of Arabic was almost nil and their command of the Swahili language was often sketchy. Estimates vary, but most authorities agree that Arabic loan words constitute a quarter to a third of the Swahili vocabulary. It would be well to note that not every East African has mastery of the Swahili language. To many, Swahili is a second or third language. Foreign lexicographers were not always apt to know this fact and hence the numerous incorrect Swahili-English and English-Swahili equivalents.

The other serious weakness of the many such dictionaries is the way they are arranged. A word like 'comfort' is both a noun and a verb; a word like 'dry' is both a verb and an adjective; a word like 'direct' is both a verb and an adverb. These and several others are all lumped together and their different meanings given. I could not think of anything more confusing to a student of a foreign language than this kind of arrangement. I have tried to avoid this confusion, and homonymns have been itemized separately.

This dictionary is much larger than the other Swahili-English and English-Swahili student dictionaries. Many items avoided in the earlier dictionaries in these two languages have been itemized here. Some of these are sexual terms. Even larger Swahili-English dictionaries tended to avoid them as it was thought imprudent to include them. If a dictionary avoids sexual terms, it is very difficult for a student of a foreign language to find out what they are, as they are rarely used in a foreign language class. I think many of my readers will agree with me that sex is a part of life and that the words which refer to sexual parts and functions have as much right to be represented in any language dictionary as the rest of life in all its complexity.

Now a word of warning to the foreign users of these and similar dictionaries. The word-for-word equivalents—which are all that small dictionaries provide—can be very misleading. So in the early stages of your studies of a foreign language, please avoid the habit of opening a dictionary to find out the foreign equivalent of an isolated word which you want to use in your speech or writing. To your great disappointment, you may often find that you have used the wrong word, and this is particularly true of verbs. In the early stages use small dictionaries only when you come across a word in context and you want to know what it means. Or else, open the dictionary to get the precise spelling of a word. There is of course no harm in the games foreign language students play to get a glimpse of 'equivalents' in the two languages, but *using* a foreign equivalent is a 'no no' until you see the word used in context. The precise meaning of any word can only be found in context, and that is the value of dictionaries of *usage*. I hope that, before very long, I shall have a Swahili-English dictionary of usage for the benefit of students of these two languages.

Now a word about myself. I was born in Lamu on the Coast of Kenya; Swahili is my first language. Lamu is the home of classical Swahili poetry and I am quite well versed in modern as well as ancient *Kiamu*, the dialect of this island. I went to school in Zanzibar, where the dialect, known as *Kiunguja*, forms the 'standardized Swahili': this is the Swahili taught in schools throughout East Africa, used in Government, in literature and in Christian Missionary institutions. For several years I lived and taught in Mombasa, which has its own rich dialect known as *Kimvita* and I am quite at home in this dialect. Later in life I lived in Dar es Salaam, the capital of the Tanzanian Republic which has a dialect known as *Kimrima*, not far removed from *Kiunguja*, but has a distinct flavour of its own just the same. I am even fluent in *Kitikuu*, the Swahili dialect of the small islands North of Lamu for, as a child, I lived with my uncle, Seyyid Abbass, who was the administrator of the area known as Bajuniland. I have a fair knowledge of the Arabic language so that I can understand the precise meaning of the Arabic loan words in the Swahili vocabulary.

Since the age of 18 or so, I became very interested in Swahili and English and their relationship and that is perhaps the reason why the Kenya Government appointed me to the Kenya Languages Board at the age of 23. A year or two later I was the Kenyan Representative on the East African Swahili Committee and of the prestigious East African Literature Bureau at its inception in 1945. I held these appointments until I left to study and later to teach in the United Kingdom from 1948 to 1951. In 1955, when I left Kenya on transfer to the Zanzibar Government Service, Zanzibar very kindly appointed me the Chairman of the Zanzibar Swahili Languages Board.

I taught Swahili in High Schools in Kenya, Teacher Training Colleges in

Zanzibar and Dar es Salaam and in the extramural department of the University of Dar es Salaam.

I also taught Swahili at Oxford and Cambridge Universities in the United Kingdom as well as the Universities of Wisconsin, Los Angeles and Santa Barbara—the two campuses of the University of California.

I have written extensively in the Swahili Journal of East Africa, and my published and unpublished works in Swahili and English number about 16. My foreign critics can hardly say that I have not a feel of the English language, as I have been a student of the language for about 45 years.

Ali Ahmed Jahdhmy

Swahili Noun Classes

Noun Class	Subject Prefix		Object Infix		Amba Suffix	Relative Pronoun	-pi? Prefix	-ngapi? Prefix
M	ni	tu	ni	tu	ambaye	-ye-	yupi?	–
	u	m	ku	wa	ambao	-o-	wapi?	
Wa	a	wa	m	wa			(wepi?)	wangapi?
M	u		u		ambao	-o-	upi?	–
Mi	i		i		ambayo	-yo-	ipi?	mingapi?
N	i		i		ambayo	-yo-	ipi?	–
	zi		zi		ambazo	-zo-	zipi?	ngapi?
Ki	ki		ki		ambacho	-cho-	kipi?	–
Vi	vi		vi		ambavyo	-vyo-	vipi?	vingapi?
Ji	li		li		ambalo	-lo-	lipi?	–
Ma	ya		ya		ambayo	-yo-	yapi?	mengapi?
U	u		u		ambao	-o-	upi?	–
	zi		zi		ambazo	-zo-	zipi?	ngapi?
(Mahali) Pa Ku Mu	pa ku mu		pa ku mu		ambapo ambako ambamo	-po- -ko- -mo-	papi? (pepi?) kupi?	pangapi? kungapi?
(Verbal Nouns) Ku	ku		ku		ambako	-ko-	kupi?	kungapi?

ntents

-enye Prefix	-ingi Prefix	-a Prefix	This These	That Those	Reference Pronouns	
mwenye	–	wa	huyu	yule	huyu	
wenye	wengi	wa	hawa	wale	hao	
wenye	–	wa	huu	ule	huo	
yenye	mingi	ya	hii	ile	hiyo	
yenye	–	ya	hii	ile	hiyo	
zenye	nyingi	za	hizi	zile	hizo	
chenye	–	cha	hiki	kile	hicho	
vyenye	vingi	vya	hivi	vile	hivyo	
lenye	–	la	hili	lile	hilo	
yenye	mengi	ya	haya	yale	hayo	
wenye	–	wa	huu	ule	hiyo	
zenye	nyingi	za	hizi	zile	hizo	
penye	pengi	pa	hapa	pale	hapo	
kwenye	kwingi	kwa	huku	kule	huko	
mwenye	mwingi	mwa	humu	mle	humo	
kwenye	kwingi	kwa	huku	kule	huko	

Examples of verbal nouns in sentences:

Kula kwingi kutamletea madhara.
Subj. Adj. Subj. prefix
Much eating will cause him trouble.

Kula namna kupi unaniuliza?
What kind of eating are you asking me about?

Kuvuta sigara namna hii ndiko ambako
kumevunja afya yako
This kind of smoking is what has ruined your health.

Acknowledgements

Mary Lynne Freling, for directing the Swahili-English section of the Dictionary, which was typed by my other friend, Erika Ebersole; Jan Hansen for typing part of the English-Swahili section of the dictionary and Dr Al-Amin Mazrui, my former teaching assistant and friend, for proof reading the dictionary and making many valuable suggestions and additions.

I am most grateful to all these dear friends without whose help this work would not have seen the light of day.

Ali Ahmed Jahadhmy

Symbols

(v)   stands for a Verb.

-     stands for a word which is declinable, and must take the appropriate prefix of the noun class to which it belongs. The word is a root form. Swahili words which have root forms are:

(1)   Adjectives like -zuri, meaning *fine* or *good* (most adjectives are declinable but not all). An adjective like *safi* meaning *clean* is not declinable.

(2)   Personal possessives like -angu meaning *my*, *mine*; -ako, meaning *your*, *yours*; -ake meaning *his/her/hers*, etc.

(3)   *Of* whose Swahili root form is -a.

(4)   *Having* or *possessing*, the Swahili for it being -enye.

(5)   *Oneself*, *yourself*, *myself*, etc. the Swahili for it being -enyewe.

(6)   *All* or *whole* whose Swahili root form is -ote.

(7)   The word *any* whose Swahili root form is -o-ote.

(8)   *Which* (as a question marker) the Swahili root form for it is -pi?

(:)   Stands for a class 9/10 noun, which takes the same form in both the singular and the plural. It is necessary only to distinguish this noun class; the plurals of the other nouns being obvious once the distinction between their class and class 9/10 has been established. (See noun class table.)

Swahili Pronunciation Key

Vowels

There are only five short vowels and five long vowels in Swahili. Each vowel has only one sound and is pronounced distinctly.

Short vowels: a, e, i, o, u.

a as in mama	(Eng. arm, father)
e as in wewe	(sketch, belt)
i as in mimi	(him, brick)
o as in moto	(form, cork)
u as in kuku	(boost, loose)

Long vowels: aa, ee, ii, oo, uu.

aa as in saa
ee as in wee   These are all pronounced as in the ex-
ii as in fii   amples above, but are longer in duration.
oo as in kioo
uu as in mkuu

Consonants

The consonants are pronounced as in English except:

1　c is always attached to h to produce the sound ch as in the English 'chick' or 'chuck'; *chakula*

2　s always represents the soft s sound as in 'snake' or 'sin'; *salama, safi*

3　dh is pronounced as th in English 'that' or 'th'; *dhani* and *dhiki*

4　th is pronounced as in the English 'think' or 'thin'; *hadithi*

5　sh is pronounced as in the English 'shin'; *ishi*

6　nd is pronounced as in the English 'hinder' as in *pinda, tandika*

Swahili Pronunciation Key

7   ng is pronounced as in the English 'finger'; *ngumu, ngamia*

8   ng' is pronounced as in the English 'singer'; *ng'ombe, ng'ambo*

9   ny is pronounced as in the English 'canyon'; *nyumba, nyoka*

10   gw is pronounced as in the English 'Guam Islands'; *pigwa, sagwa*

11   nj is pronounced as in the English 'engine'; *njaa* or *njia*

12   mb is pronounced as in the English 'amber'; *nyumba, simba*

13   mb. Here m and b are pronounced separately, the 'm' sounding like a separate syllable; 'm' is a hard 'm' and 'b' is a hard 'b' as in *mtu mbaya* meaning a bad person; plural *watu wabaya* meaning bad people; *mbuyu* meaning a baobab tree; plural *mibuyu* (a beginner will get the distinction when he/she learns Swahili grammar)

14   kh is a guttural sound pronounced as in Bach; *Khamis*, the name of a person born on Thursday, but the sound is disappearing in favour of the soft h – thus *Hamisi* is now more common than *Khamis* or *Khamisi*

15   gh is a voiced version of the guttural kh as in *ghali* or *ghuba*

16   mw as in the French *moi* (me), 'm' and 'w' pronounced as one sound; *mwaka, mwema, mweusi*

17   kw is pronounced as in the English quit; *kweli*

18   tw is pronounced as in the English twenty; *twende*

19   sh is pronounced as in the German surname Schwartz; *someshwa*

20   nyw has no English equivalent but the nearest approximation of the sound is in 'renewal', the sounds of n, y, w being voiced together; *nywele*

21   chw as in the Swahili *achwa* or *chwea*; the nearest in English sounds are when ch and w are voiced together
ngw is pronounced as in the English anguish; *jangwa, jengwa*

22   k, p, t, can be implosive or explosive (non-aspirated or aspirated). The aspiration is not important so long as the sentence is grammatically correct. At an advanced stage in his/her Swahili studies a student is advised to learn about aspirated and non-aspirated sounds

Articles with go with English nouns

Swahili has no equivalent for English articles, a, an, the. Nouns in singular and plural like *sanduku* (a box) and *watu* (people) are expressed independent of articles which in fact are nonexistent in Swahili.

Syllables

Really speaking, the Swahili syllable consists of a consonant and a vowel, although it may be only a vowel, or only a consonant (m or n); thus *rafiki*, *aibu* and *mtoto* are all three-syllable words, i.e. ra-fi-ki, a-i-bu, and m-to-to. Other examples are:

baba	disyllabic	ba-ba
vema	disyllabic	ve-ma
nataka	3 syllables	na-ta-ka
alifika	4 syllables	a-li-fi-ka
nimefurahi	5 syllables	ni-me-fu-ra-hi
tia	2 syllables	ti-a
mtu	2 syllables	m-tu
tu	1 syllable	tu

Stress

Stress always falls on the last but one (the penultimate) syllable, e.g.

mmōja alifīka jāna kutōka shāmba
wā Hamīsi sī hodāri

With questions, the stress may fall on the last syllable.

English/Swahili Section

A

abandon, acha (v)
abandon hope, kata tamaa
abbreviate, fupisha (v)
abdicate, jiuzulu (v)
abdication, kujiuzulu
abhor, kirihi (v)
abide by, shika (v)
abiding, -a kudumu
ability, akili; ustadi; uwezo
able, hodari; -weza
abnormal, si kawaida; ukosefu wa
    kawaida
abnormality, hitilafu
aboard, melini; chomboni
abode, maskani; makazi
abolish, ondoa kabisa (v)
abolition, ondoleo
aboriginal, -a asili
abort, haribu au haribika mimba (v)
about to, tayari; yapata; kadiri ya
above, juu (ya); zaidi (ya)
abreast, sambamba; bega kwa bega
abridge, fupisha (v)
abrupt, -a haraka
absence, kutokuwapo
absent, kutokuwapo; kinyume cha
    kuhudhuria
absent-minded, -sahaulivu
absolute/ly, kabisa; kamwe
absorb, kunywa (v)
abstain from, jiepusha na (v);
    jinyima (v)
absurd, -a upuzi
absurdity, upuzi
abundance, ujazi; wingi
abundant/ly, tele
abuse, tumia vibaya (v); tukana (v)
abuse, matukano
abusive, -fidhuli
academic, -a kuhusu elimu ya juu

accept, kubali (v); pokea (v)
acceptable, -a kupendeza
acceptance, kibali
accessories, vifaa vya ziada
accident, tukio; ajali
accidentally, kwa ajali tu
acclamation, vifijo na vigelegele
acclimatized, zoea tabia ya
    ugenini (v)
accommodation, mahali pa kukaa;
    maskani
accompany, fuatana na (v); sindikiza
accomplice, mshirika katika tendo
    baya
accomplish, timiza (v)
accord/ance, upatano; mapatano
of his own accord, kwa hiari yake
accordingly, kwa hiyo
account, hesabu (mathematical);
    masimulizi (narration)
on account of, kwa sababu ya
accountable, kupasiwa
accountant, mtunza hesabu; mhasibu
accumulate, weka kidogo kidogo (v);
    churuza (v)
accuracy, usahihi
accurate, sahihi
accursed, -baya kabisa; -enye
    kulaniwa
accusation, mashtaka
accuse, shtaki (v)
accustom, zoeza (v)
ache, maumivu
ache, uma (v)
achieve, fanikiwa (v); faulu (v)
achievement, tendo bora; utimizo
acid, -chungu
acknowledge, kiri (v); julisha (v)
acquaint, julisha (v)
acquaintance, ujuzi kidogo; mtu

anayejulikana na mtu au watu
kidogo

acquiesce, kubali (v)

acquire, jipatia (v)

acquit, ondoa hatiani (v)

acre, eka

across, toka upande mmoja mpaka
upande wa pili; ng'ambo

act, tenda (do) (v); igiza hadithi
(perform) (v)

act, tendo; kitendo

action, kitendo

actor, mwigaji wa hadithi; mcheza
senema mwanamume

actress, mwigaji wa hadithi; mcheza
senema mwanamke

add, jumlisha (v); ongeza (v)

adder, nyoka

addition, nyongeza

address, anwani (dwelling); hotuba
(speech)

address, andika anwani (v); hutubu (v)

adept, stadi

adhere, ambatana (v); shika (v)

adjacent, -a kupakana (na)

adjourn, ahirisha (v)

adjournment, maahirisho

administer, simamia (v); tawala (v)

administrator, mtawala

admirable, -zuri; -enye kufaa
kuigizwa

admiration, mshangao; mapendezo

admire, sifu (v); pendezwa na (v)

admission, ukiri; ruhusa ya kuingia

admit, kiri (v); ingiza (v)

adopt, pokea na fuata (a custom) (v);
pokea kama mwana (a child) (v)

adore, abudu (God) (v); penda sana
(man) (v)

adornment, mapambo

adult, mtu mzima

adult education, elimu ya watu
wazima; ngumbaro

adulterate, ghoshi (v)

adultery, uzinzi

adultery (commit), zini (v)

advance, enda mbele (v); endesha
mbele (v)

advancement, maendeleo

advantage, faida

adversary, adui; mshindi

adversity, msiba; uadui

advertise, eneza sifa (v)

advertisement, tangazo

advice, shauri

advise, toa shauri (v)

adviser, mshauri

advocate, mteteaji; wakili

aerodrome, kiwanja cha ndege

aerial, -a hewani; uzi wa redio

affair, jambo (mambo)

affect, geuza (charge) (v); jifanya
(v); jitia (pretend) (v)

affectation, madaha; maigizo ya
(kitendo)

affection, upendo

affectionate, -enye upendo

affirm, yakinisha (v)

affirmation, yakini

afflict, tesa (v)

affliction, taabu; mateso

affluence, utajiri; neema

affluent, -enye mali; tajiri

afford, kuwa na fedha au nafasi ya
kutosha (v)

afraid (be), ogopa (v)

after, baada ya; nyuma ya

afternoon, alasiri

afterwards, baadaye

again, tena

against, kupambana na; kupinga
(oppose); kuegemea (lean)

age, umri; muda mrefu; uzee (old
age)

aged, -zee (old); umri wa (with the
age of); zeeka (v)

agency, uwakili; kitenda kazi

agent, wakili; msimamia mali ya

aggravate, udhi (v); ongeza ubaya (v)

aggression, shambulio

aggressive, -a jeuri; -enye kushambulia wengine
aggressor, mwenye kuanzisha matata au vita
aggrieved, -enye uchungu; -enye kuonewa
ago, zamani; zamani sana (long ago)
agony, maumivu makali
agree, patana (v); kubali (v)
agreement, mapatano
agriculture, kilimo; ukulima
ahead, mbele
aid, msaada
aid, saidia (v)
aim, shabaha
aim, piga shabaha (v)
air, hewa; upepo
airport, kiwanja cha ndege; kituo cha eropleni
alarm, mshtuko; kamsa
alarm, tia hofu (v)
album, kitabu cha kuwekea picha
alcohol, kileo; ulevi
ale, pombe
alert, kuwa macho (v)
alien, mgeni wa nchi au tabia
alienate, farakanisha (v)
alive, hai
all, -ote
alley, kichochoro
alliance, mwungano
allow, ruhusu (v)
almost, karibu na; karibu ya
alone, peke (yangu, yako, yake, etc.)
along, kwa mbele
aloud, kwa sauti ya kusikika
alphabet, alfabeti
already, kabla ya wakati; kwisha
also, pia, tena
alter, badili (v)
alteration, mabadiliko
alternate, siku kwa siku; kufuatana zamu kwa zamu (v)

alternative, njia ya pili
although, ingawa; ijapokuwa
always, siku zote
am, ni
amaze, shangaza (v)
ambassador, balozi
ambition, nia ya kujiendesha mbele sana
amend, tengeneza ifae zaidi (v)
among/st, miongoni mwa
amplify, ongeza (increase) (v); zidi (v) kufahamisha (expand on an explanation) (v)
amuse, chekesha (v); furahisha (v)
amusement, furaha
ancestry, jadi
ancient, -a kale
angel, malaika
anger, hasira
anger, kasirisha (v)
angry be, kasirika
animated, -kunjufu
ankle, kifundo cha mguu
anniversary, ukumbusho wa kila mwaka
announce, tangaza (v)
announcement, tangazo
annoy, udhi (v)
annoyance, udhia
annual, -a kila mwaka
annul, tangua (v)
another, -ingine
answer, jibu; jawabu
answer, jibu (a question) (v); itika (a call) (v)
antagonize, fanya adui (v)
anticipate, tazamia mbele (v)
anticipation, matazamio ya mbeleni
anus, mkundu
any, -o-ote
anybody, anyone, yeyote; mtu yeyote
anyhow, vyovyote
anything, chochote
any time, wakati wowote

anywhere, popote; mahali popote
apartment, sehemu ya nyumba
apologize, omba radhi (v); taka msamaha (v)
apology, udhuru; msamaha
apparent, dhahiri; wazi
appeal, maombi; rufaani (legal)
appeal, omba (v); taka rufaani (v)
appear, tokea (v); onekana (v)
appearance, tokeo; matokeo
appetite (to have an), kutamani chakula
applause, vifijo na makofi
applicable, -a kuhusu
application, ombi (request); kujiingiza katika kazi au tendo jingine kwa bidii kuu (manner of work); kutia dawa (medicament)
apply (for a job), omba kazi (v)
appoint, weka (v); pa cheo (v); tia kazini (v)
appointment, mapatano ya kukutana (for a meeting); kazi; cheo (of a position)
appreciate, thamini (v); shukuru (v)
appreciation, shukurani; sifa
apprehend, fahamu (understand) (v); tia nguvuni (v) (arrest)
approach, karibia (v)
approval, kibali
approve, kubali (v); pendezwa na (v)
approximate/ly, karibu; sawasawa
arbitrary, isiyofuata kanuni
area, eneo
arena, kiwanja cha michezo
argue, bishana (v); jadiliana (v)
argument, mabishano; majadiliano
arithmetic, elimu ya hesabu
arm, jizatiti kwa vita (v); chukua silaha (v)
arm, mkono
army, jeshi
around, zunguka (turn) upande wa pili; upande wa nyuma

arrange, panga (v); tengeneza (v)
arrangement, mpango; matengenzo
arrest, simamisha (v); tia nguvuni (v); kamata (v)
arrive, fika (v)
arrow, mshale
arson, choma moto bila ya kujali hatari yake
art, sanaa, hasa ya picha
artery, mshipa mkubwa wa damu
article, kitu; makala; masharti
artist, mwandishi wa picha; sanii
as, kama (like); -vyo; kwa sababu (because); maadamu
ashamed be, ona haya
aside, kando
ask, uliza swali (v)
asleep, lala
aspire to, tarajia (v); onea shauku (v)
assassinate, ua kwa hila (v)
assassination, mauaji kwa hila au mpango
assemble, kusanya (v); kusanyika (v)
assembly, mkutano
assert, kaza ukweli (v); sisitiza (v); tia mkazo (v)
assess, pima kadiri (v)
assign, gawia kazi (v)
assignment, kazi iliyotolewa kufanywa
assist, saidia (v)
assistance, msaada
assistant, msaidizi
associate, mwenzi
associate, shirikiana (v)
association, jumuia; chama
assume, dhani (v)
assumption, dhana
assure, ondoa shaka (v); yakinisha
at, penye, kwa
atmosphere, hewa
attain, fikia (v); pata (v)
attainment, pato la muradi; mafikio ya lililotamaniwa au kutazamiwa

attempt, jaribu (v)
attempt, jaribio
attend, hudhuria (v)
attendance, hudhurio; mahudhurio
attention, uangalifu
attire, mavazi
attract, vuta kwa namna ya mapenzi
(v); pendeza (v)
attraction, mvuto wa roho na
mapenzi
attractive, -a kupendeza; -a kuvuta
kwa mapenzi
attribute, tolea sababu ya jambo
lililotokea (v); hesabia (v)
attribute, sifa
auction, mnada
auctioneer, dalali
audience, watu waliokuja kusikiliza
au kuona; ukumbi
augment, ongeza (v)

authentic, -a kweli
author, mtungaji
authority, mamlaka; mwenye amri
(position); mjuzi wa habari fulani;
bingwa wa fani au kazi yake
(special knowledge)
authorize, ruhusu (v)
avenue, njia yenye miti pande zote
mbili
average, wastani
avoid, epuka (v)
avoidance, mwepuko; uepukaji;
jitinabu
awake (awoke, awaken), amka (v)
awaken, amsha (v)
award, tuza (v)
award, tuzo
aware (be), fahamu (v)
awful, -baya sana

B

baby, mtoto mchanga
bachelor, mwanamume asiyeoa;
mwanamume mjane
back, mgongo (part of body); upande
wa nyuma (position)
backbone, uti wa mgongo
backward, bado kuendelea vema;
nyuma sana
bacon, nyama ya nguruwe
bad, -baya; -bovu
badly, vibaya
bag, mfuko
baggage, mizigo
bake, oka (v); choma (v)
baker, mwokaji
balance, sawazisha (v)
balance, mizani; usawa

balcony, baraza ya juu; roshani
ball, mpira; donge
bandage, kitambaa cha kufunika
dawa
bank, fungu la mchanga (sand);
ukingo (river); benki ya fedha
(money)
bar, pinga (v); tia koleo (v) (mlango)
bar, pingo (obstacle); baa (drink);
manzesa
barber, kinyozi
barge, tishari; tishali
base, waza (v); pima (v); kadiria (v)
base, tako (position); upande wa
chini
base, baya; -nyonge; dhaifu
basic, -a msingi

basket, kikapu; pakacha
bath, bafu
bathe, oga (v); ogesha (v)
battle, pigano; vita
be, wa (to be, kuwa)
bear (bore, born), zaa (v)
bear, dubu
beard, ndevu
beat (beat, beaten), piga (v); shinda (v)
beautiful, -zuri
because, kwa sababu
become (became, become), kuwa (v); faa (suit well) (v)
becoming, -a kupendeza; -a kufaa
bed, kitanda (furniture); ngwe ya bustani (flower)
beer, pombe
before, kabla (ya); mbele (ya)
beforehand, mbele
beg, omba (v)
beggar, mwombaji
begin (began, begun), anza (v); anzisha (v)
beginning, mwanzo
behalf of (on), kwa niaba ya
behave, tenda (v); jiweka kwa adabu (behave well) (v)
behaviour, mwendo; mazoea; mwenendo
behind, nyuma (ya)
behold (beheld), tazama (v)
being, kuwako
belch, enda mbweu (v)
belief, imani
believe, amini (v); sadiki (v)
beloved, mpenzi; mpendwa; azizi
below, chini (ya)
belt, ukanda
bench, bao la kukalia
bend (bent), pinda; inama (stoop) (v)
beneath, chini ya
benediction, baraka
beneficial, -enye manufaa
bereaved be, kufiwa

beside, kando ya (position); zaidi ya (more)
besides, tena; zaidi
best, bora kabisa
better, -zuri zaidi; bora
between, kati ya, baina ya
between ... and ..., baina ya ... na ...
beverage, kinywaji
bewilder, tia wasiwasi (v); shangaza
beware, jihadhari (v)
bewilderment, wasiwasi; mshangazo
beyond, kupita, pindukia
bicycle, baiskeli
bid (bade, bidden), amuru (v)
big, -kubwa
bigamy, oa mke wa pili kinyume cha sheria (v)
bigoted, -shupavu
bill, mdomo wa ndege (anatomy); hesabu ya fedha (money); bili; msuwada wa sheria mpya (law)
bind (bound), funga (v); jalidi vitabu (v) (books)
biography, masimulizi ya maisha ya mtu; sira
birth, uzazi
birthday, siku ya kuzaliwa
biscuit, biskuti
bisect, kata katika sehemu mbili sawasawa (v)
bite (bit, bitten), uma (v)
bitter, -chungu
bitterness, uchungu
black, -eusi; -a giza
black art, ulozi
bladder, kibofu; (football) mpira
blame, laumu (v)
blame, lawama
blank, -tupu; pasipo mwandiko (paper)
blanket, blanketi
bleach, fanya nyeupe (v)
bleed (bled), toka damu (v)

blemish, ila; doa
blend, changanya (v); patana (v)
blind, -pofu
blind person, kipofu
block, ziba (v); tia pingamizi (v)
block, pande
blockade, mazingiwa
blood, damu
bloodshed, uuaji; mauaji
blow (blew, blown), vuma (wind) (v);
   puliza (mouth) (v)
blow, dharuba; pigo
blue, buluu; samawati
blunder, kosa (v)
blunder, kosa
blunt, -butu
body, mwili; kundi
bodyguard, askari wafuasi; askari
   walinzi
boil, chemka (v); chemsha (v)
boil, jipu
boiler, chombo cha kupikia maji
boisterous, -enye kelele; -enye
   harakati nyingi
bold, -jasiri
bomb, kombora
bomb, tupia kombora (v)
bond, kifungo
bondage, utumwa
bone, mfupa; mwiba (fish)
bonus, ziada; nyongeza kwa kazi
   nzuri (money)
book, kitabu; chuo
bookcase, rafu ya vitabu
boot, kiatu kirefu
border, mpaka; ukingo
bore, toboa (v); bungua (a hole) (v);
   chosha (tire) (v)
boredom, uchovu
born be, zaliwa (v)
borrow, azima (v); kopa (v)
both, -ote -wili (human: wote wawili)
bother, sumbua (v)
bother, sumbuko; matata
bottle, chupa

bottom, chini (kabisa)
box, pigana ngumi (v)
box, sanduku
boy, mtoto wa kiume; mvulana
boyhood, utoto
brain, ubongo; akili
brake, kizuizi cha gari; breki
brassière, sidiria
brave, shujaa
bread, mkate
break (broke, broken), vunja (v)
breakfast, kifungua-kinywa
breast, kifua, titi
breath, pumzi
breathe, vuta pumzi (v)
breed, zaa (v); zalisha (v)
breed, aina; mbegu (ya miti au
   wanyama)
breeze, upepo
brethren, ndugu
bride, bibi arusi
bridegroom, bwana arusi
bridge, daraja; mchezo wa karata
   fulani
brief, -fupi
bright, -enye kung'aa (light); -enye
   akili (clever); -changamfu (of
   character)
brighten, takata (v); takasa (v)
brighten, changamsha (v)
brilliant, hodari sana; -enye akili
   nyingi (intelligent); -enye kung'ara
   (light)
broadcast, eneza kotekote (v)
broom, ufagio
brother, kaka; ndugu wa kiume
brother-in-law, shemeji
brown, rangi ya kunde
bruise, chubuko
bruise, chubua (v)
brush, burashi
brush, pangusa kwa burashi (v)
brutal, katili
brutality, ukatili
brute, hayawani

budget, makisio ya pato na matumizi
build, jenga (v)
builder, mjengaji; mjenzi
building, jengo; jenzi
bullet, risasi
bulletin, tangazo fupi
burden, mzigo
burn, waka (v); ungua (v); unguza (v)
burst, pasuka ghafula (v)
bus, basi

business, shughuli; kazi
busy, -enye shughuli; -enye kazi
butcher, mwuza nyama; mchinja nyama
butter, siagi
buttocks, matako
button, kifungo
button, funga (v)
buy, nunua (v)
buyer, mnunuzi
by, na; kwa; karibu na (position)

C

cabin, chumba cha melini
cafe, mkahawa
cake, mkate mtamu; keki; kipande cha sabuni (soap)
cake, gandamana (v)
calculate, hesabu (mathematical) (v); fikiri (v); kisia (v)
calendar, kalenda
call, ita (v)
calm, shwari; -tulivu (adjective); utulivu (noun)
calm, tuliza (v)
camera, kamera
camp, kambi
camp, piga kambi (v)
campaign, matendo yenye kusudi fulani
can (could), weza (v); ruhusiwa (v)
cancel, futa (v); tangua (v)
candidate, mtaka kazi au cheo fulani; mtetezi
candle, mshumaa
candy, tamtam; chakleti
capacity, uwezo; nafasi; akili
capital, herufi kubwa (letter); mji mkuu (city); rasilmali (money);

mtaji bora
car, motakaa
card, kadi
cardboard, karatasi nene
cards, karata
care, hadhari; uangalifu
(take) care of, tunza (v); angalia (v)
career, maisha na kazi
career, enda mbio (v)
careless, -zembe; -dharaulifu
carpet, zulia
carry, chukua (v)
carton, kibweta; karatasi nene ya kuchukulia vitu
case, jambo (affair); kesi (court); kasha (packing); bweta (box)
cash, badili (v) (cheki au noti) kwa fedha
cash, fedha taslimu
cashier, mshika fedha
cast, tupa (v); piga (v)
cast away, tupilia mbali (v)
cast a vote, piga kura (v)
cast (the), jamii ya wachezaji wa machezo
casual, (fanya or vaa) ovyo; pasina

utulivu; -zembe
cat, paka
catalogue, orodha
catch (caught), kamata (v); daka (v)
category, aina; kiwango; tabaka
cause, sabibisha (v); fanyisha (v)
cause, sababu
caution, onya (v), hadharisha (v)
caution, hadhari; uangalifu; onyo
ceiling, sakafu ya ndani
celebrate, shangilia (v); sherehekea (v)
celebration, sherehe
cemetery, makaburini
cent, senti
centre, kati
centre of, kati ya
central, -a kati
century, karne
cereal, nafaka
ceremonial, kuhusu ibada au sherehe ya heshima
ceremony, sherehe
certain, hakika (sure); baadhi ya (some); fulani
certificate, cheti cha ushuhuda; shahada
certify, shuhudisha (v); toa ushahidi (v)
chain, mnyororo; mkufu
chair, kiti
chairman, mwenye-kiti
chalk, chaki
challenge, taka thibitisho (v); taka kushindana (v)
chance, bahatisha (v)
chance, nafasi; bahati
chancellor (university), mkurugenzi wa chuo kikuu
change, badili (v); geuza (v)
chaos, machafuko makubwa
chapter, sura ya kitabu
character, tabia
charge, agiza (order) (v); gharimisha (of money) (v); shambulia (in battle) (v)
charge, maagizo; mashtaka (order); shambulio; gharama
charity, upendo; hisani; sadaka
charm, pendeza sana (v)
charm, hirizi; uzuri
chart, ramani
charter, kodisha (v)
charter, mkataba
chase, kimbiza (v); winda (v)
chastise, kemea (v); tia adabu (v)
cheap, rahisi
cheat, punja (v); danganya (v)
cheat, mjanja
check, zuia (v); sahihisha (v)
check, mirabaraba
cheese, jibini, chizi
chest, kifua (body); kasha (box)
chew, tafuna (v)
chicken, kifaranga; kuku
chief, mkuu; chifu
chief, -kuu
child (children), mtoto; mwana
childbirth, uzazi
childish, -a kitoto
chill, homa ya baridi
chin, kidevu
chocolate, chakleti
choice, hiari
choke, kaba (v); kaba roho (v)
choose (chose, chosen), chagua (v)
cigar, sigaa
cigarette, sigareti
cinema, senema
circle, duara
circuit, mzunguko
circulate, zunguka (v); zungusha (v)
circumstance, jambo (mambo); tukio; hali
citizen, raia, mwananchi
citizenship, uraia; uwananchi
city, mji mkubwa
civic, -a kuhusu mji
civil, -enye adabu (of manners); -a kiraia (of government)

civilian, raia asiye askari

civilian rule, hukumu (sheria) za
    wananchi (si za kijeshi)

civilization, ustaarabu

claim, dai (v); jidai (v)

claim, dai; *pl.* madai

claimant, mdai

clarify, bainisha (v)

class, darasa; aina

classify, ainisha (v)

clean, safi

clean, safisha (v)

clear, -angavu; dhahiri

clearance, ondoleo

clerk, karani

clever, -enye akili; hodari

client, mtu afanyiwaye kazi

climate, tabia ya nchi; hewa

clitoris, kisimi; kinembe

clock, saa ya mezani au saa ya
    ukutani

close, funga (v); fumba (v)

close, karibu sana

cloth, kitambaa; nguo

clothe, vika (v)

cloud, wingu

coalition, mwungamano

coalition government, serikali ya
    mwungano wa vyama vya siasa;
    serikali ya mseto

coast, pwani

coat, koti, mpako (wa rangi au
    chokaa)

coconut, mnazi (tree); nazi (nut);
    dafu (milk)

code, mpango wa sheria (law);
    mwandiko wa fumbo (secret)

coffee mbuni (bush); buni (berries);
    kahawa (drink)

cohabit, tomba (v)

coin, sarafu

cold, baridi (temp.) mafua (illness)

collapse, anguka (v), kunjamana (v)

collect, kusanya (v); changa (v)

college, koleji, chuo kikuu

column, nguzo (structure); safu

comb, chana (v)

comb, kitana; chanuo

combination, mchanganyiko

combine, ungana (v)

come (came, come), fika (v); kuja (v)

comedy, hadithi ya kuchekesha;
    mchezo wa kuchekesha

comfort, onyesha raha (v); tuliza (v)

comfort, starehe; raha

comic, -a kuchekesha; gazeti la
    watoto

comma, kituo

commence, anza (v)

commencement, mwanzo

commend, sifu (v)

comment, toa maoni (v)

comment, masimulizi ya habari fulani

comment, maneno machache

commerce, biashara

commit, tenda (v)

committee, halmashauri, kamati

common, -a kawaida; -a wote

communicate, pelekeana habari (v);
    shiriki (v)

communication, habari; usafirishaji
    wa habari; ufahamiano; uasilisho

community, jamii ya watu wakaao
    pamoja; watu wamoja

companion, mwenzi

company, kundi la watu; kampuni

compare, linganisha (v); fananisha
    (v)

comparison, mfano; ulinganyifu

compassion, huruma

compatible, -a kupatana

compensate, sawazisha (v); fidia (v)

compete, pimana ubingwa (v);
    shindana (v)

competition, mashindano

compile, kusanya na kupanga (v)

complain, nung'unika (v)

complaint, mashtaka; manung'uniko

complement, kitimizo

complete, timiza (v)

complete, -timilifu
completion, utimilifu; mwisho
complex, -a kutatanisha
complexion, sura; rangi ya uso
complicated, -enye hoja nyingi; -enye
  matata; -enye matatizo
comprehend, fahamu (v)
compromise, ridhiana (v); dharau (v)
computer, mashine ya kuhesabu
  upesi, komputa
conceal, ficha (v)
conceit, majivuno
conceited, -enye kiburi
concentrate, kusanya mahali pamoja
  (v); ongeza uzito na nguvu (v);
  kaza fikira (v)
concentration, mkusanyiko katika
  mahali pamoja (of density); mkazo
  wa fikara au mawazo (of thought);
  maongezi ya nguvu
conception, mtungo wa mimba (of
  child); ufahamu (understanding)
concern, shughuli; shaka
conclude, maliza (v); elewa (v)
conclusion, mwisho
condemn, laumu (v); hukumu (v)
condition, hali, sharti
condole, toa mkono wa taazia (v)
condolence, salamu za rambirambi;
  mkono wa taazia
conduct, ongoza (v)
conduct, mwenendo; adabu;
  mwendo
conference, halmashauri; mkutano
  mkuu
confess, ungama (v); kiri (v)
confession, ungamo
confine, fungia (v)
confirm, thibitisha (v)
conflict, mapigano; ukosefu wa
  masikilizano
conformity, usawazisho
confront, kabili (v); kabilisha (v)
confound, chafua (v); tatanisha (v)
confuse, danganisha (v); chafua (v);

tatanisha (v)
confusion, machafuko; wasiwasi
congratulate, pongeza (v); toa
  mkono wa pongezi (v)
congratulation, mkono wa furaha;
  pongezi
congregate, kusanyika (v)
congregation, mkusanyiko wa watu
connect, unga (v); unganisha (v)
conquer, shinda (v)
conquest, ushinde
conscience, hukumu ya moyo
conscientious, -aminifu; -enye hisi
  nyingi
conscious, -enye fahamu
consent, kubali (v); toa ruhusa (v)
consent, idhini; ruhusa
consequence, matokeo; mwisho wa
  (mambo)
consider, fikiri (v); zingatia (v)
consideration, fikara; uzingativu
consistency, uthabiti wa fikara au
  matendo
conspicuous, -a kuonekana wazi
  kabisa
conspiracy, mapatano ya hila
conspire, fanyana shauri baya (v)
constant, thabiti; -a kila mara
constituent, sehemu moja ya
  mchanganyiko
constitution, katiba; mwili
construct, fanyiza (v); unda (v);
  jenga (v)
consult, taka shauri (v)
consultation, mashauri, rai
consume, tumia (v) (kula, kunywa)
consumer, mnunuzi
contact, gusana (v); kutana (v)
contain, kuwa, na (ndani) (v)
contentment, uradhi, kanaa
continent, kontinenti
continue, endelea (v)
contract, fupika (v); kunjana (v)
contradict, kanusha (v)
contrary, kinyume

contrast, pambanua (v)

contribution, kitu kilichotolewa; pesa au kazi inayotolewa; habari zilizopelekwa gazetini

control, tawala (v); zuia (v); kabidhi (v)

control, kabidhi

convenience, nafasi, uwezo

convenient, -a kufaa

converse, zungumza (v); ongea (v)

conversation, mazungumzo; maongezi

convict, funga jela (v); tia hatiani (v)

convict, mfungwa; mahabusi

convince, sadikisha (v)

cook, pika (v)

cook, mpishi

co-operate, saidiana (v)

co-operation, ujima

copy, iga (v); nakili; nukulu (v)

copy, nakala; mwigo; kopi

core, kiini

corner, pembe

copulate, tomba (v); lala (v); kaza (v)

correct, sahihisha (v)

correct, sahihi

correspond, fanana (be similar) (v); andikiana (write) barua (v)

correspondence, ulinganifu; upelekeenaji wa barua baina ya watu

corrupt, potoa (v)

corrupt, -ovu; -bovu; -haribifu

corruption, uharibifu; ubovu; kulisha rushwa

cost, gharimu; uzwa kwa bei ya (v)

cost, gharama; thamani

cough, kohoa (v)

cough, kikohozi

council, halmashauri

counsel, toa shauri (v)

counsel, shauri

counsellor, mshauri; diwani

count, hesabu (v)

country, nchi; mashambani

county, jimbo

couple, jozi; vitu viwili

coupon, cheti

courage, ushujaa

courageous, jasiri; shujaa

course, mwenendo; mfulizo

court, ua (yard); nyumba ya mfalme (royal); korti (law)

court, posa (v)

courteous, -enye adabu

courtesy, jamala; adabu njema

cousin, mtoto wa ndugu wa baba au mama

cover, funika (v)

cover, kifuniko; mfuniko

coward, mwoga

cowardice, woga

crazy, -enye kichaa

create, umba (v)

creation, uumbaji

creative, hodari kusanii au kuunda

credit, tia katika hisabu ya (v) (money); toa sifa (praise) (v)

credit, mkopo; sifa

creditable, -enye kusadikika

crime, uhalifu wa sheria; kosa la sheria

criminal, mhalifu wa sheria; mvunja wa sheria; mkosa wa kanuni za sheria

crisis, kipeo; wahaka mkubwa

criticism, upimaji wa mema na maovu ya mtu; lawama

criticize, pima uzuri (v); toa makosa (v); laumu (v)

cross, vuka (v)

cross, msalaba

cross, -enye hamaki (angry)

crowd, songana (v)

crowd, kikundi cha watu

cruel, katili; -enye moyo mwovu

cry, lia (v)

cry, mlio; kilio

culture, uungwana; utamaduni

cultured, -tamaduni; temedeni

cup, kikombe
curiosity, kitu cha shani; udadisi

cut, kata (v)

D

daily, kila siku
damage, tia hasara (v)
damage, hasara
damn, laumu (v); laani (v)
danger, hatari
date, tarehe
dates, tende
daughter, binti
day, siku; kila siku (every day)
dead, -enye kufa; maiti
(the) dead, waliokufa
deal (dealt), gawanya (v)
deal, mpatano; makubaliano kufunga
 biashara; mkataba
dear, -penzi; ghali
death, kifo; mauti
debate, jadiliana (v)
debate, jadiliano; mdalo
debt, deni
decade, miaka kumi
decent, -zuri; safi
decide, kata shauri (v); amua (v);
 kusudia (v)
decision, maamuzi; ukataji wa shauri
 wa moyo (au roho)
decorate, pamba (v)
decoration, pambo
dedicate, toa kitu kwa ajili ya jambo
 maalum (v); sabilisha roho au nafsi
 kwa ajili ya jambo maalum (v)
dedication, usabilisho wa kitu; nafsi
 au roho kwa ajili ya jambo maalum
defeat, shinda (v)
defeat, ushindwe
defence, ulinzi; utetezi

defend, linda (v); tetea (v)
deficiency, upungufu
deficient, -pungufu
define, bainisha (v)
definite, dhahiri
definition, maelezo; mbainisho
delinquent, mhalifu wa umri mdogo
deflower, bikiri (v); pasua kizinda (v)
degree, cheo cha elimu; digrii
delay, kawia (v); kawisha (v)
delinquent, mkosaji mwenye umri
 mdogo
demand, dai (v)
demand, madai
dental, -a meno
dentist, daktari wa meno
department, idara
describe, elezea (v); hadithia (v);
 simulia (v)
description, maelezo; masimulizi
desirable, -enye kutamanika
desire, shauku
desire, tamani (v)
determination, nia thabiti; mkazo wa
 nia
determine, kaza nia (v)
develop, endelea mbele (v);
 sitawisha (v)
development, maendeleo;
 mastawisho
dialect, matamko ya lugha; lahaja
dictionary, kamusi
die, fa (kufa) (v)
differ, hitilafiana (v)
difference, tofauti

13

different (be), (kuwa) mbalimbali; si sawa; tafauti
difficult, gumu
difficulty, jambo gumu; taabu; shida
difficulties, mashaka
dining-room, chumba cha chakula
dinner, chakula cha usiku
direct, ongoza (v); elekeza (v)
direct, moja kwa moja
directions, maagizo; maelekezo; njia za matumizi; mwongozo
director, mkurugenzi
disadvantage, si masilahi; hasara
disagree, kosana (v); kutopatana (v); kutosikilizana (v); hitilafiana (v)
disagreement, mahitilafiano; ukosefu wa masikilizano (au mapatano)
disappear, toweka (v)
disappoint, katisha tamaa (v); vunja moyo (v)
disappointed (be), vunjika moyo; kata tamaa (v)
discourage, vunja moyo (v); rudisha nyuma nia ya kitendo
discover, vumbua (v)
discovery, uvumbuzi
discuss, zungumza habari (v)
discussion, mazungumzo; maongezi
disease, ugonjwa
dish, sahani; chakula
dishonest, -danganyifu; si aminifu

dishonesty, udanganyifu; wizi
dislike, chukia (v)
dislike, machukio; machukivu
display, onyesha wazi (v)
display, maonyesho
distance, umbali; mwendo
distant (be), mbali
distinct, dhahiri; mbalimbali
disturb, sumbua (v); tia wasiwasi (v)
disturbance, ghasia; fujo
divide, gawa (v)
doctor (Dr), tabibu; daktari; mganga
dog, mbwa
door, mlango
dope, bangi; afyuni
dormitory, bweni
double, rudufya (v)
double, marudufu
doubt, shuku (v)
doubt, shaka
drama, uigaji wa hadithi; drama
dream, ota ndoto (v)
dream, ndoto
drink, nywa (kunywa) (v)
drink, kinywaji
drive, endesha (v)
driver, dereva; mwendeshaji
drum, ngoma; pipa
dry, kausha (v)
dry, -kavu
due, ada; haki

E

each, kila
ear, sikio (of body); shuke (corn)
earn, chuma kwa kazi (v)
ear-ring, herini; skurubu ya masikio
earth, dunia; ardhi
east, mashariki

easy, rahisi
eat (ate, eaten), la (kula) (v)
ebony, mpingo
economical, -wekevu; -enye kuchunga gharama; si mbadhirifu
educate, elimisha (v)

education, mafunzo; elimu
effect, athiri (v)
effect, tokeo
effective, -enye kuleta nafuu au faida
efficient, -enye uwezo; hodari na -enye kufanya kazi ipasavyo
effort, juhudi
ego, nafsi; mapenzi ya binafsi
eight, nane
eight, -nane
eighteen, kumi na nane
eighty, themanini
either, au; ama
elbow, kiko cha mkono
elder, mzee; mkuu
elect, chagua kwa kura (v)
election, uchaguzi
electric, -a stimu
elementary, -a mwanzo
eleven, edashara; kumi na moja
else, -ingine; zaidi
emancipate, eka huru (v)
emancipation, uhuru
embarrass, tahayarisha (v)
embrace, kumbatia (v)
emigrate, hamia ugenini (v)
emotion, maono ya huzuni au furaha; hisi
emphasis, mkazo
emphasize, tia mkazo (v)
employ, ajiri (v)
employee, mfanya kazi; aliyeajiriwa kufanya kazi
employer, bwana wa kazi; tajiri
employment, kazi
enable, wezesha (v)
encounter, kutana na (v)
encourage, tia moyo (v)
encouragement, kutia moyo; upeaji moyo
end, tia mwisho (v); ishia (v)
end, mwisho; mradi
enemy, adui
energy, nguvu
engage, ajiri (v); funga uchumba (v)

enjoy, furahia (v)
enjoyment, furaha; anasa; tamasha
enough, -a kutosha
enslave, tia utumwani (v)
enter, ingia (v); pita (v)
enterprise, ujasiri; kazi maalum
entertain, furahisha (v); anisisha (v) tia fikirani (v)
entertainment, furja; furaha, machezo ya kuanisisha
enthusiastic, -a shauku; -enye shauku
enthusiasm, shauku kuu; juhudi
entire, -zima; -ote
entrance, mlango; maingilio
envelope, bahasha ya barua; mfuko wa barua
environment, mazingira
equal, sawasawa
equality, usawa
equipment, vifaa
erase, futa (v)
error, kosa
escape, kuvuka salama au kwa bahati katika hatari
escape, okoka (v)
essay, insha; jaribio
eternity, milele
essence, asili ya kitu
even, sawasawa; hata
evening, jioni
event, jambo; tukio
every, kila
everything, kila kitu
evident, dhahiri; wazi
evidence, ushahidi
exact, barabara; sawasawa; kamili
exactly, sawasawa; kamili
exaggerate, tia chumvi (v)
exaggeration, uongo; majidai ya uongo
examination, mtihani; ukaguzi
examine, fanyia mtihani (v); hoji sana (v)
example, mfano; methali
excellence, ubora

except, ila; bila ya
excuse, toa udhuru (v)
excuse, udhuru
exercise, zoeza (v)
exercise, zoezi; mazoezi
exit, njia ya kutoka
expect, tazamia (v); taraji (v)
expectation, (ma)tarajio; (ma)tazamio
experience, pata maarifa (v); onja (v)
experience, ujuzi; maarifa
expert, farisi; bingwa
explain, eleza (v)
explanation, maelezo
exploit, tuma kwa dhuluma (v)

exploit, tendo la ujasiri; faida
exploitation, ufanyishaji wa kazi dhuluma
express, sema (v)
express, -a mbio
expression, tamko; neno; wajihi
extend, enea (v); eneza (v)
external, -a nje
extra, zaidi
extreme, kupita kiasi
eye, jicho (eyes, macho)
eyelash, eyelid, ukope
eye-witness, shahidi aliyekuwapo kitendo kikitendeka

F

face, kabili (v)
face, uso; sura
fact, jambo la hakika
factory, mtambo wa kutengenezea vifaa (e.g. nguo, chupa, motokaa)
fail, kosa (v); shindwa (v)
fail, kosa
failure, kosa; ushindwaji; mwanguko
faint, zimia (v)
faint, onekana kwa henezi (v)
fair, ramsa, furja
fair, -eupe (light); -a haki (just)
fairness, haki
fall, anguka (v)
false, -a uongo
falsehood, uongo
familiar, -a kujulikana sana
family, jamaa; watu wa nyumba moja
far, mbali; mbali na (far from)
fare, nauli
farewell, kwa heri

(say) farewell, aga (v)
farmer, mkulima
farming, ukulima; kilimo
fashion, namna; msimo
fast, funga (v)
fast, upesi
fat, mafuta; -nene (people); -nono (animal)
father, baba
father-in-law, mkwe
fault, kosa; hitilafu
fear, ogopa (v)
fear, hofu; kicho
fee, malipo; karo (ada) ya skuli (school)
feed (fed), lisha (v)
feel (felt), ona moyoni (v); hisi (v); papasa (v)
feign, jitia (v)
fellow, mtu; mwenzi
female, -a kike
feminine, - kike

few, - chache
fiancé, mchumba
fiction, hadithi (ya utungo) ya uzushi
fidelity, uepukano na uzinzi (mambo machafu)
fifteen, kumi na tano
fifty, hamsini
fight, pigana (v)
fight, pigano; mapigano; vita
figure, tarakimu (numeral); sura (form)
file, safu; tupa; kiweko cha barua
fill, jaza (v)
film, utando; filimu
final, -a mwisho
finance, mambo ya fedha
find, tafuta na kuona (v)
fine, toza faini (v)
fine, faini
fine, -zuri; -ema
finger, kidole cha mkono
finish, maliza (v)
finish, mwisho
fire, moto (make a fire, koka moto (v); fanya moto (v))
first, -a kwanza
fist, ngumi; konde
fit, faa (v); enea (v) kuwa sawasawa
fit, -zima; hapana ugonjwa
fit, kifafa
five, tano
five, -tano
fix, kaza (v), tengeneza (v)
flesh, nyama
flesh and blood, nyama na damu; kuhusiana mno
flood, furika (v) (maji ya mto, ziwa bahari)
flood, gharika; mafuriko ya maji
floor, sakafu ya chini
flour, unga
flow, titirika (v)
fly, ruka hewani (v)
fly (flies), nzi
focus, kaza macho au fikira (v)

follow, fuata (v)
food, chakula
fool, danganya (v)
fool, mjinga
foot (feet), mguu, futi
football, mpira wa futboli; mchezo wa futboli
footprint, wayo (footprints, nyayo)
for, kwa; kwa kuwa; muda wa (length of time)
force, shurutisha (v)
force, nguvu
forgive, samehe (v)
forgiveness, samaha; msamaha
fork, uma (forks, nyuma)
form, umbo; namna; hati
fornicate, zini (v); fira (homosexuals) (v)
fornication, uzinzi
fortunate, -heri; -enye bahati
forty, arobaini
forward (s), mbele
forward, utangulizi
four, nne
four, -ne
fourteen, kumi na nne
free, ruhusa; toa kizuizini (v)
free, -enye uhuru; si mtumwa
freedom, uhuru
frequent, fanya mazoea ya kwenda mahali (v)
frequent, -zoevu; mara nyingi kutenda lile kwa lile
frequently, mara nyingi
Friday, Ijumaa
friend, rafiki; sahibu
from, kutoka; tokea
front, upande wa mbele
frustrate, vunja moyo (v); pinga (v)
fun, furaha; mzaha; (jambo la) kuchekesha; anasa
fundamental, -a msingi
funeral, maziko; mazishi
funny, -enye kuchekesha; -a mzaha
furniture, vyombo vya nyumbani;

sanaa ya nyumba
further, mbele zaidi; juu ya hayo

future, wakati ujao; siku za usoni; siku za mbele ni

G

game, mchezo; mawindo (in hunting)
garden, bustani
gas, mvuke kama hewa
gate, mlango wa nje; lango
gather, kusanya (v); chuma (v)
gathering, mkusanyiko
general, mkuu wa jeshi; jemedari
general, -a watu wote; -a kawaida
genius, mtu mwenye akili kupita kawaida; mahiri
get (got), pata (v); kuwa na (v)
girl, mtoto wa kike; msichana
give (gave, given), pa (v); toa (v); nipe (give me)
glad (be), furahi
gladness, furaha
glass, kioo; bilauri
glove, soksi ya mkono
go (went, gone), enda (v)
go!, nenda (v) (command-singular); nendeni (command-plural)
good, hali njema; -ema; -zuri
goodbye, kwa heri
gossip, porojo; soga
gossip, piga porojo (v), piga masoga (v)
gown, gauni
grade, cheo
graduate, pata digrii (v)
graduation, upataji wa digrii
grandchild, mjukuu
grandfather, babu
grandmother, bibi
grant, jalia (v)
grant, kipaji cha fedha

grapes, zabibu
grave, kaburi
grave, -enye kuweza kuleta hatari kuu
gravy, mchuzi
grease, mafuta ya kulainisha
great, -kubwa; -kuu
greatness, utukufu
green, kijani kibichi (rangi ya– colour of)
greens, miboga ya majani
greet, salimu (v) salimia (v)
greetings, salamu
grey, kijivu (rangi ya kijivu)
grief, huzuni
grieve, ona huzuni (v)
grill meat, choma nyama (v)
grin, cheka kidogo (v)
grocer, mwuza vyakula
grope, papasa gizani (v)
gross, jumla; darzeni kumi na mbili
group, kundi; kikundi (a small group)
grow, kua (v); ota (v); mea (v)
growth, maendeleo; kukua; ukuzaji
guarantee, dhamini (v)
guarantee, dhamana
guess, kisi (v); waza (v); bahatisha (v)
guess, kisio; wazo; bahatisho
guest, mgeni
guide, ongoza (v)
guide, kiongozi
guidance, maongozi; uongozi
guilt, hatia

guilty, -enye hatia; mkosa
gum, gundi (glue); ufizi wa meno (of
mouth)
gun, bunduki

H

habit, mazoea; tabia
hair, nywele
hairs, malaika (body); mavuzi (pubes and under-arms)
half, nusu
hall, chumba kikubwa; ukumbi
halve, kata nusu kwa nusu (v)
hand, pa mkononi (v)
hand, mkono
handbag, mkoba
handkerchief, kitambaa hafifu; ankachifu
handsome, -zuri
happen, tukia (v)
happening(s), tukio, matukio; mambo yanayotendeka
happiness, heri; furaha
happy, -a furaha; -enye furaha
hard, -gumu
harm, dhuru (v)
harm, madhara
haste, haraka; fanya haraka (make haste)
hat, kofia
hate, chukia (v)
hate, chuki
hateful, -enye kuchukiza
have (has, had), kuwa na
he, yeye (mwanamume)
head, kichwa; mkuu
headache, maumivu ya kichwa
headmaster, mwalimu mkuu
headquarters, makao makuu
heal, pona (v); ponya (v)
health, afya

healthy, -enye afya
hear, sikia (v)
hearing, usikivu; kusikia
hearsay, uvumi
heart, moyo
heavy, -zito
height, kimo; urefu
Hell, Jehanamu
help, saidia (v)
help, msaada
hem, upindo; kupinda
hence, kwa hiyo; toka hapa
her, yeye (mwanamke)
her, -ake (mwanamke)
here, hapa; huku; humu (inside)
hereditary, -a kurithiwa
heredity, urathi
herself, yeye mwenyewe (mwanamke)
hide, ficha; jificha (hide oneself)
high, -refu; -kuu
him, yeye (mwanamume)
himself, yeye mwenyewe (mwanamume)
hip, nyonga; kiuno
hire, ajiri (v); panga (v)
his, -ake (mwanamume)
history, historia
hit, piga (v)
hobby, kazi ya kujifurahisha
hold, shika (v)
holiday, ruhusa; likizo
home, nyumbani
homesick, hamu ya kurudi nyumbani; majonzi

19

homosexual, hanithi
honest, -nyofu; -aminifu
honey, asali ya nyuki
honour, heshimu; hishimu (v)
honour, heshima
hope, tumaini (v)
hope, matumaini
hospitable, -teremeshi; -karimu
hospital, hospitali; spitali
hospitality, ukarimu
host, mwanamume mwenye kukaribisha mgeni (wageni)
hostess, mwanamke mwenye kukaribisha mgeni (wageni)
hostile, -enye kuonyesha au kufanya uadui
hostility, uadui
hot, moto
hotel, hoteli
hour, saa
house, nyumba
household, watu wa nyumbani
how? jinsi gani?; -je?; vipi?

however, walakini; kwa vyo vyote
hug, kumbatia (v)
human, -a kibinadamu
human being, mwanadamu
humane, -enye huruma
humanity, uanadamu; hisi za kibinadamu
hundred, mia
hunger, njaa
hungry, -enye njaa
hurry, fanya haraka (v); himiza (v)
hurry, haraka
hurt, uma (v); umiza (v)
husband, mume
hut, kibanda; banda (a large hut)
hygiene, elimu ya afya
hypocrisy, unafiki
hypocrite, mnafiki
hypothesis, makisio ya fikara au filosofia
hysteria, ugonjwa wa akili; hangahanga; wasiwasi

I

I, mimi
ice, barafu
idea, wazo; fikara
ideal, kipeo cha ubora; -kamilifu
identical, sawasawa kabisa
identify, ainisha (v)
idiot, juha
if, kama; ikiwa (in the verb it is 'ki')
ignorance, ujinga
ignorant, -jinga
ignore, kutoangalia; dharau; kutobali (v)
ill (be), kuwa mgonjwa; ugua
illegal, kinyume cha sheria

illegitimate, -a haramu; si kanuni
illness, ugonjwa
illustrate, eleza kwa mifano au picha (v)
illustration, maelezo kwa mifano au picha
image, mfano; picha ya mawazo
imaginary, -a kuwazika tu
imagine, waza (v)
immediately, papa hapa; sasa hivi; halani
immigrant, mhamiaji
immoral, -enye tabia mbaya
immunity, salama; epukana na hatari

imply, fahamisha bila kutaja sawasawa (v)
importance, maana; umuhimu
important, muhimu
impossible, kutowezekana; muhali
impulse, usukumizi
inability, kutowezekana
inactive, kimya; -legevu; kitendo hapana
inch, inchi
include, tia pamoja na (vitu vingine) (v)
income, pato
income tax, kodi ya pato
increase, ongeza (v)
increase, nyongeza
indeed, kweli
indefinite, si dhahiri (unclear); pasina ukomo wa wakati (of time)
independence, uhuru; utawala wa wenyeji (kinyume cha kutawaliwa nchi)
independent (be), kuwa huru; kujiangalia mwenyewe
individual, mtu mmoja; kitu kimoja
indoors, ndani ya nyumba
industrious, -enye juhudi ya kazi au masomo
industry, kazi au viwanda
inevitable, (jambo) lisiloweza kuepukika
infant, mtoto mdogo; mtoto mchanga
inferior, duni
infinite, pasipo mwisho; -a milele
infinity, milele
influence, uvutaji; uwezo
inform, arifu (v); juza (v)
information, habari
injure, dhuru (v)
injurious, -enye kuleta madhara
injury, madhara; jeraha
ink, wino
innocence, usafi; kuepukana na makosa au madhambi

innocent (be), safi wa kitendo; epukana na makosa
inquire, uliza (v); tafuta habari (v)
insane, -enye wazimu
inside, ndani; ndani ya nyumba (inside the house)
insist, sema kwa nguvu (v); shurutisha (v); sisitiza (v)
insistence, sisitizo
inspect, kagua (v)
inspection, ukaguzi
inspector, mkaguzi
inspiration, maongozi
inspire, tia moyo (v); athiri (v)
instruct, fundisha (v)
instruction, mafunzo
instructor, mwalimu; fundi
insult, tukana (v)
insult, matukano
intellect, akili
intelligence, akili; uwezo wa kupima mambo kwa akili
interest, vuta usikivu (v)
interest, usikizi; faida
interfere, jiingiliza (v)
interference, majitio
interior, upande wa ndani
internal, -a ndani
interview, onana kwa habari fulani (v)
into, ndani ya
introduce, ingiza (v); julisha (v)
introduction, majulisho; uingizo; dibaji ya kitabu
invitation, barua ya kukaribisha; makaribisho
invite, alika (v); karibisha (v)
involve, ingiza (v); shughulisha (v)
iron, piga pasi (v)
iron, chuma; pasi
is, ni; **is not,** si
issue, tokea (v)
issue, matokeo
itch, washa (v)
itch, upele

item, kitu kimoja; habari moja
its, -ake

itself, -enyewe

J

jail, funga gerezani (v)
jail, gereza; mkorokoroni
jail-bird, mtu ambaye mara kwa
  mara hufanya hatia akafungwa
jealous (be), -enye wivu; ona wivu
jealousy, wivu
job, kazi
join, unga (v)
joint, kiungo
juice, maji ya matunda; maji ya
  machungwa (orange juice)
junior, -dogo kwa umri au cheo

just, -a haki (right); ndiyo kwanza; tu
  (only)
justice, haki
justification, sababu ya haki ya
  kitendo kadha
justify, thibitisha haki (v)
juvenile, mtoto; -a kitoto
juvenile court, mahkama
  inayohukumu watoto wadogo tu
juvenile delinquent, mtoto mdogo
  anayefanya uhalifu

K

keep, weka (store) (v); kaa bila
  kuoana (v) (a woman)
key, ufunguo
kick, piga teke (v)
kick, teke
kick a habit, acha tabia (kama kuiba)
kidney, figo
kill, ua (v)
killer, mwuaji; kiui
kind, namna; aina
kind, -enye huruma

kindness, fadhili; hisani
kiss, busu (v)
kiss, kisi; busu
kitchen, jiko
knee, goti
knife, kisu
know (knew, known), jua (v)
knowledge, maarifa; ujuzi; elimu
known (be), julikana (v)

L

label, bandika jina (v)
label, kibandiko chenye jina
laboratory, kiwanda cha sayansi
lack, utovu
lady, bibi
lamp, taa
land, shuka pwani au katika ardhi (v)
land, nchi; nchi kavu (dry land)
language, lugha
last, dumu (v)
last, -a mwisho
late (be), chelewa
laugh, cheka (and laugh at) (v)
laugh, kicheko; cheko
laughter, kicheko; cheko
law, sheria
lazy, -vivu
lead (led), ongoza (v)
lead, risasi
leader, kiongozi
leaf, jani; ukurasa
league, shirika
learn, (learnt or learned), jifunza (v);
　　pata habari (v)
learned, -enye elimu nyingi
learner, mwanafunzi
learning, elimu
leather, ngozi; povu
leave (left), acha (v); ondoka (v);
　　bakiza (v)
leave, ruhusa ya mapumziko; likizo
lecture, hutubu (v); karipia (v)
lecture, hotuba
leg, mguu
lemon (tree), mlimau; limau (fruit)
length, urefu
lens, lenzi; vioo vya miwani (of
　　glasses)
lesbian, msago
less, -chache zaidi

let, acha (leave) (v); ruhusu (allow)
　　(v); pangisha (lease) (v)
lettuce, saladi
liar, mwongo
liberate, fanya huru (v)
library, maktaba
license, ruhusa (permission); layseni
lie, sema uongo (v); (down) jinyosha
　　(v)
lie, uongo
life, uhai; maisha
like, penda (v)
like, kama
line, mstari; safu
lip, mdomo
liquid, kitu cha maji maji
list, orodha
listen, sikiliza (v)
listener, msikiliza; msikilizi
literary, -a kuhusu maandishi
literature, maandishi ya adabu
little, -dogo
live, ishi (v); kaa (v)
live, hai
liver, ini
local, -a kuhusu mtaa
locate, vumbua (v) mahali
located (be), kuwa mahali fulani;
　　onekana (v); gunduliwa (v)
long, -refu
look, tazama (and look at) (v)
lose (lost), poteza (v); kosa kupata
　　(v)
lose weight, konda (v)
lost (be, get), potea (v)
lot, kura
lot (a), -ingi
lotion, dawa ya kuoshea; dawa ya
　　kupaka mwilini
loud, kwa sauti kuu

love, penda (v)
love, upendo; pendo; mapenzi
lover, mpenzi; mpenda; kipenzi
lovely, -zuri; a kupendeza

low, -fupi; -a chini
loyal, -tiifu
loyalty, utiifu
lunch, chakula cha adhuhuri

M

machine, mtambo; mashine
mad, -enye wazimu
madam, bibi
madman, mwenda wazimu
magazine, gazeti; bohari; magazini
main, -kuu
major, -kubwa kuliko -ote
make (made), fanyiza (v); shurutisha
  (v)
male, -a kiume
malice, kijicho; chuki
man (men), mwanadamu; mtu;
  mwanamume
manhood, utu mzima; udume
manifest, dhihirisha (v)
manifest, dhahiri
manner, jinsi; namna
manners, adabu; adabu nzuri (good
  manners)
many, -ingi
margarine, mafuta namna ya siagi;
  majarini
market, soko; marketi
marriage, ndoa
marry, oa (man) (v); olewa (woman)
  (v)
masculine, -a kiume
material, nguo; kitambaa; kitu cha
  kufanyia kazi
maternal, -a mama; upande wa
  mama
matrimony, ndoa
matron, bibi mkubwa (kazini); mkuu

wa wauguzi
mature, pevusha (v); pevuka (v)
mature, -pevu
maturity, upevu; akili razini
may (might), taka ruhusa
maybe, labda
me, mimi
meal, chakula; unga (grain)
meat, nyama
medical, -a dawa
medicine, dawa
meet, kuta (v); kutana na (v)
meeting, mkutano
military, -a kijeshi
member, mwanachama
memorize, hifadhi (v); uwezo wa
  kukumbuka (ability to)
memory, kumbukumbu
mental, -a akili (of the brain); -a
  kichaa (retarded)
menu, orodha ya vyakula
method, njia; taratibu; mbinu
mid, middle, -a katikati
middle-age, mtu makamu; mtu
  mzima
minute, -dogo sana
minute, dakika (time)
minutes, madokezi; miniti
murder, ua (v)
murder, mauaji
muscle, mshipa; musuli
music, muziki
my, -angu
mystery, siri; fumbo
myth, hadithi ya zamani; nganu

N

naked, -tupu; kaa uchi
nakedness, utupu; uchi
name, taja jina (v)
name, jina
natural, -a kawaida (usual); -a asili;
-a tabia
nature, tabia
near, nearby, karibu na (or karibu
ya)
nearly, karibu
neat, nadhifu
necessary, -a lazima; -a hitajikana
necessity, jambo la lazima; uhitaji
need, hitaji (v); hitajia (v)
need, haja
negate, kusema 'la'; kukana (v)
negative, kinyume; -a kukana;
kusema 'la' au 'siyo'
neglect, kutoangalia (v); dharau (v)
neighbour, jirani
neither, wala
nephew, mpwa wa kiume
nerve, mshipa wa fahamu; neva
nervous, -enye woga; -enye wasiwasi;
-enye wahaka
never, hapana kabisa; kamwe
new, -pya
news, habari
newspaper, gazeti
next, -a kufuata; -a pili
nice, -zuri; -tamu
nickname, jina la utani

nicotine, sumu iliyomo katika
tumbako
niece, mpwa wa kike
nineteen, kumi na tisa
ninety, tisini
no, siyo; la; hapana
nobody, hapana mtu
noise, makelele; kishindo; kelele
noon, adhuhuri
nor, wala
normal, -a kawaida
north, kaskazini
not, si
note, barua fupi; sauti katika muziki
note, angalia (v)
nothing, hapana kitu; si kitu (it is
nothing)
notice, ona (v)
notice, tangazo; ilani
notify, julisha (v)
notion, fikira; dhana
novel, kitabu cha hadithi
novel, -pya; -a kigeni
now, sasa; siku hizi
(just) now, sasa hivi
number, hesabu; idadi; namba;
nambari
nurse, pakata (v); uguza (v)
nurse, yaya (children's); mwuguzi
(sick)
nut, njugu; korosho (cashewnut)

O

obedience, utii; utiifu
obey, tii (v)
observation, mtazamo; uchunguzi
observe, angalia (v); toa maoni (v)

obstacle, kizuizi
obtain, pata (v); patia (v)
occupation, kazi ya uchumi
occupy, kalia (v); shughulisha (v)

occur, tukia (v)

occurrence, jambo lililotukia; jambo lililopita

odd, kitu au jambo namna ya pekee

odd, -a kuchekesha; -a kigeni

odd numbers, nambari zisizoweza kugawanyika kwa mbili, kama moja, tatu, tano n.k.

of, -a

off, katika; mbali (far)

offer, toa (v); tolea (v); toa bei (v)

offer, kazi au bei iliyotolewa

office, afisi; kazi

often, mara nyingi

old, -a kale; -kuukuu; -zee; -kongwe

omit, acha kusudi (v); kosa kutia (v)

on, juu; juu ya

once, mara moja

one, moja

one, -moja

only, tu

operate, tenda kazi (v); pasua kuondosha ugonjwa (v)

opinion, rai; maoni

opponent, mshindani

opportunity, nafasi; saa ya kufaa

oppose, pinga (v)

opposite, kuelekeana; kinyume; upande wa pili

opposition, upinzani

or, au; ama

oral, -a kusema; -a mdomo

orange, chungwa

orange tree, mchungwa

order, amuru (v)

order, taratibu; amri

ordinary, -a kawaida

origin, asili

other, -ingine

otherwise, ikiwa si hivyo

our/s, -etu

ourselves, sisi wenyewe

out, nje

outside, nje; nje ya

outstanding, -a kutokeza; bado kulipwa

oven, jiko la kuokea

over, juu; zaidi ya; juu ya

overestimate, kisia zaidi ya kiasi

owe, kuwa na deni; wiwa (v)

own, kuwa na kitu; miliki kitu (v)

owner, mwenye mali; mwenye kumiliki; tajiri

P

page, ukurasa (pages, karasa; kurasa)

pain, ona maumivu (v) (be in)

pain, maumivu

paint, paka rangi (v); chora picha ya rangi (v)

paint, rangi ya kupaka

pair, jozi; vitu viwili vya namna moja

palace, ikuli

pants, suruale

paper, karatasi; gazeti (newspaper)

paperback, kitabu chenye jalada ya karatasi

parent, mzazi

Parliament, Bunge; Mbunge (Parliamentarian)

part, achana (v)

part, sehemu; kipande

particle, kipande kidogo mno

partner, mshiriki katika (jambo fulani)

party, karamu (celebration); chama

cha siasa (a political party)
pass, pita (v)
pass, kipito; cheti
passport, ruhusa ya kupitia nchi za
kigeni; paspoti
past, -a zamani, siku zilizopita; siku
za nyuma
paternal, -a baba; upande wa baba
path, njia ndogo
patience, saburi; uvumilivu
patient (be), vumilia
patient, mgonjwa anayetibiwa
patient, -vumilivu
patron, mfadhili
pattern, kiolezo (model); namna
(sample)
pay (paid), lipa (v); leta faida (v)
(bring profit)
pay cash, lipa taslimu (v)
pay, mshahara
payment, malipo
peace, amani
pedestrian, mwenda kwa miguu
pencil, penseli
penis, mboo; dhakari
people, watu; taifa
pepper, pilipili; pilipilimanga (black
pepper)
perceive, ona (v); tambua (v)
perfect, kamili; -kamilifu
perfection, ukamilifu
perform, tenda (v); timiza (v); cheza
mbele za watu (act) (v)
performance, mchezo; namna ya
uchezaji; tendo
perhaps, labda; yamkini
period, kipindi; damu ya mwezi
(monthly period); hedhi
periodical, jambo linalotendeka
mara kwa mara (si siku zote)
periodicals, magazeti yanayotoka
kwa muda maalum
permission, ruhusa
permit, ruhusu (v)
permit, cheti cha ruhusa

person, mtu
personnel, jamii ya watumishi
perspective, kitu kinavyooneka
kikitazamwa toka mbali
perspiration, jasho
perspire, toka jasho (v)
persuade, shawishi (v)
persuasion, ushawishi; mvuto
pet, kipenzi (human); kinyama
cheche (animal)
phase, hali ya kipindi
photograph, piga picha (v)
photograph, picha iliyopigwa kwa
kamera
phrase, fungu la maneno machache
physical, -a kuhusu mwili
piano, piana
picture, sawiri; tia mawazoni (v)
picture, picha; sanamu
piece (together), unga (v)
piece, kipande
pile, panganya (v)
pile, chungu
pill, kidonge cha dawa; chembe
pillow, mto
pillow-case, mfuko wa mto; foronya
pineapple, nanasi
pink, -ekundu
pity, hurumia (v); sikitikia (v)
pity, huruma; jambo la kusikitisha
place, weka (v)
place, mahali
plan, fanya mpango (v); azimia (v)
plan, ramani (drawn); shauri
(devised); mpango
plane, piga randa (v)
plane, randa; eropleni
plant, panda (v)
plant, mmea
plate, sahani; kisahani (small)
play, cheza (v)
play, mchezo; machezo
please, anisisha (v); pendeza (v)
please, tafadhali
pleasure, furaha

plenty, -ingi
plenty of people, watu wengi
pocket, mfuko wa nguo
pocket-knife, kijembe
poem, shairi
poet, mshairi
poetry, mashairi
point, ncha (sharp); jambo (fact)
police, polisi
police station, kituo cha polisi
policy, hati ya bima; uongozi; siasa
political, kuhusu utawala wa nchi; -a
  siasa
political party, chama cha siasa
politics, siasa
polite, -enye adabu; -pole
pollution, uchafu; unajisi hewani
polygamy, kuwaoa wake wawili au
  zaidi
ponder, zingatia (v); fikiri (v); tia (v)
  maanani
poor, maskini
popcorn, bisi
popular, -a kupendwa na watu wengi
  mashuhuri
population, jamii ya watu wa mahali
  fulani
port, bandari
positive, -a hakika; kuwa na hakika
possess, kuwa na; miliki (v); tia
  milkini (v)
possession, milki (territory); mali
  (wealth)
possible, labda; huenda; yawezekana
postage, -a posta; postage stamp,
  stampu ya posta
poster, tangazo la ukutani
posterity, kizazi au vizazi vya siku za
  mbele
postpone, ahirisha (v)
postponement, maahirisho; uahirisho
pot, chombo; chungu
potato, kiazi
potential, -wezekana baadaye;
  -enye uwezo wa maumbile

pour, mimina (v)
poverty, umaskini
power, uwezo; mamlaka; nguvu
powerful, -enye nguvu
practical, -a kufaa; hodari wa
  kutenda
practice, desturi; mazoezi
practise, jizoeza (v)
predict, bashiri (v)
prefer, penda zaidi (v); hiari (v)
pregnant (be), kuwa na mimba
prejudice, uchukivu wa kitu au watu
  bila sababu ya haki
preliminary, -a kutangulia
preparation, matengenezo
prepare, fanya tayari (v); tengeneza
  (v); tayarisha (v)
present, hudhurisha (v); weka mbele
  za (watu) (v)
present, zawadi; hadia
present, wakati wa saa
present, -a sasa
presently, hivi sasa
president, rais
press, kamua (v); tia mkazo (v)
pressure, mkazo
prestige, sifa ya ubora; hadhi
pretty, -zuri
prevent, zuia (v)
prevention, kuzuia; uzuivu
price, bei
pride, kiburi
primary, -a kwanza
primitive, -a zamani za kwanza;
  pasina utamaduni
principal, mwalimu mkuu; rasilmali
principal, -kuu; -a kubwa
principle, kanuni; msingi wa kitendo
prison, kifungo; gereza; jela
private, -a mwenyewe tu; -a faragha
privilege, haki isiyokuwa ya watu
  wote; haki mahsusi
probably, labda
problem, tatizo
procedure, utaratibu; mwenendo

process, njia ya kufuatwa; kazi
produce, toa (v); zaa (v)
produce, mazao (agricultural);
    mavuno; bidhaa (goods); vifaa
    (vinavyotolewa na mashine)
profession, kazi ya kuhitajia
    utaalamu
professor, profesa
progress, endelea mbele (v)
progress, maendeleo
prohibit, kataza (v); piga marufuku
    (v)
prohibition, marufuku, makatazo
promise, ahidi (v)
promise, ahadi
property, mali
proposal, shauri; pendekezo
propose, toa shauri (v); toa
    pendekezo (v)
protect, linda (v)
protection, himaya
protest, onyesha machukivu ya
    jambo linalofanywa (v)
protest, kutokubali kwa jambo
    linalofanywa

proof, ushahidi, uthibitisho
proud, -enye kiburi
prove, thibitisha (v); hakikisha (v)
provide, weka tayari (v); pa (v)
public, wazi wazi; -a watu; -a jamii
pulse, vipigo vya mishipa ya damu
punish, adhibu (v); tia adabu (v)
punishment, adabu; lipo la kosa
pupil, mwanafunzi
purchase, nunua (v)
purchase, kitu kilichonunuliwa au
    vitu vilivyonunuliwa
purpose, kusudi; kasidi
purposefully, kwa kusudi
purse, kifuko cha kutilia fedha
pursue, fukuza; shikilia somo au kazi
    (v)
pus, usaha
put, weka (v); tia (v)
put on airs, jidai (v); jitia utukufu
    ambao mtu hana haki nao (v)
put on clothes, vaa nguo (v)
put on the light, washa taa (v)
put out the light, zima taa (v)

Q

qualification, sifa ya uwezo
qualify, stahili (v)
quality, aina; ubora
quantity, kiasi; wingi wa kitu (au
    vitu)
quarter, robo (numerically); mtaa
    (district)
question, hoji (v); uliza swali (v)
question, swali
quick, -epesi
quiet, kimya; -tulivu
quietness, ukimya; utulivu

quit, acha (v); acha kuvuta (quit
    smoking); acha kazi (quit work)
quite, kabisa (absolutely); kidogo (a
    little)
quiz, mashindano ya maswali
quiz, uliza maswali katika
    mashindano (v)
quotation, maneno yaliyoandikwa au
    kusemwa na mtu mwingine;
    dondoo (quotations, madondoo)
quote, taja maneno ya mtu mwingine
    (v); kariri (v); dondoa (v)

R

race, shindana mbio (v)
race, mashindano ya mbio
race, kabila; taifa
racial, -a kuhusu taifa au kabila
radical, -a tangu chini (root); -enye
  kupindukia kawaida (political)
radio, redio
rage, hasira
rain, nyesha mvua (v)
rain, mvua
raise, inua (v)
rally, kusanyika (v)
rally, kusanyiko la watu kwa
  mashindano au jambo maalum
  kama siasa
rap, gotagota (v)
rape, ingilia mwanamke kwa jeuri;
  pasua kizinda (v)
rare, adimu
rate, mwendo (speed); kadiri
  (amount); kodi (money)
rather, afadhali; kidogo si sana
rational, -enye akili; enye vipimo;
  razini
reach, fika (v)
react, hisi au tenda; ile ambayo ni
  jawabu la kitendo kilichotangulia
  kutendwa
reaction, jawabu la tendo; malipo ya
  kitendo
reactionary, mwenye kupinga
  maendeleo
read (read), soma (v)
reading, somo; namna (mtu)
  anavyosoma
ready, tayari
(to make) ready, tayarisha (v)
real, -a hakika; -a kweli
reality, hakika; ukweli
realization, tanabuhi; utambuzi
realize, tambua; tanabahi (v)

really, kweli; hasa
rear, lea (v)
rear, upande wa nyuma
reason, fikiri; toa hoja (v)
reason, akili; sababu; maana
receive, pokea (v); pewa (v)
reception, karamu, makaribisho
recite, simulia (v); soma kwa utulivu
  (v)
recognition, utambuzi; ufahamuzi
recognize, tambua (v)
recommend, sifu (v), toa sifa (v)
recommendation, sifa kutilia nguvu
  ombi
record, kipeo cha ubora
  (attainment); sahani ya gramafoni
record, nakili (v); nukulu habari (v)
recover, poa ugonjwa (of health) (v);
  pata kitu kilichopotea (of lost
  item); pata nafuu (v) (progress
  from poor state)
recovery, nafuu baada ya ugonjwa;
  ugunduzi wa kilichopotea
recreation, maburudisho; tafrija
red, -ekundu
refrigerator, chombo cha baridi cha
  kuwekea chakula; friji
refuse, kataa (v)
refuse, taka
refusal, kukataa; kutotoa ruhusa
regards, salamu
register, daftari; orodha ya majina
regular, -a kawaida; -a taratibu
rehearse, jizoea mchezo au hotuba
  au wimbo (v)
rehearsal, jaribio (la mchezo,
  hotuba) kabla ya siku ya
  maandalio
relate, hadithia (v); husu (v)
relation, jamaa
relative, jamaa

relief, faraja; nafuu
relieve, ona nafuu (v); fariji (v)
remain, baki (v); kaa (v)
remark, toa maoni (v); toa maelezo (v)
remarks, maneno machache; maoni; maelezo
remember, kumbuka (v)
rememberance, ukumbusho
remove, ondoa (v); hamisha (v)
removal, uhamisho; uondoshaji; kuondolewa
renew, fanya upya (v)
renewal, urudisho wa upya
repair, tengeneza kitu kibovu (v)
repairs, marejesho ya upya (kitu kilichoharibika)
repeat, sema au fanya tena (v); rudia maneno au kitendo (v)
reply, jibu (v)
reply, jibu; jawabu
report, arifu (v)
report, taarifa; ripoti
reporter, mwandishi au msimulizi wa habari
represent, fananisha (v); wakilisha (v)
representative, mjumbe
representation, ujumbe; ukabilisho wa ujumbe
reputation, sifa
require, hitaji (v); taka (v)
requirement, uhitaji; shuruti
rescue, okoa (v); opoa (v)
rescue, uokozi
reside, kaa (v)
residence, makazi; ukaaji; manzili
resident, mwenyeji; mkazi
resign, jiuzulu (v)
resignation, kujiuzulu
resist, pinga (v)
resolution, uthabiti; shauri mkata; azimio
resource, mahali patokapo msaada
respect, stahi (v); fanyia adabu (v)
respect, staha; adabu

respiration, uvutaji wa pumzi
respire, vuta pumzi (v)
respond, itika (v)
response, itiko; jawabu; jibu
responsible, -enye kuaminika
responsibility, madaraka; jukumu
rest, pumzika (v)
rest, pumziko; mapumziko
restaurant, mkahawa
restrict, wekea mpaka (v)
restriction, makatazo
result, matokeo
result, ishia (v)
resume, anza tena (v); anzisha tena (v)
retain, shika (seize)
retain, bakisha (v)
retire, rudi nyuma (return) (v); acha kazi (of work) (v); staakifu (v)
return, rejea (v); rudi (v)
return, marejeo
reunion, mkutano baada ya kufarakana
reveal, funua (v)
reverse, pindua (v); rudi nyuma (v)
reverse, upande wa pili
review, talii (masomo) (v)
review, ukaguzi (performance); maoni juu ya kitabu au mchezo n.k. (opinion)
revolution, mzunguko; mageuzi; mapinduzi makuu
revolve, zunguka duara (v) (turn); husu (v) (concerned with)
rice, mpunga (unhusked); mchele (husked but uncooked); wali (cooked)
rich, tajiri; -enye mali
right, haki
right, -a kuume (side); -a haki (just); sawasawa (correct)
rightful, -enye haki
ring, pete; duara
riot, ghasia; machafuko na mapigano
river, mto

road

road, njia; barabara
rob, ibia (v)
robber, mwizi; jambazi
robe, vazi; joho
roll, kwenda mrama (v) ship
roll, bunda la karatasi au kitu
  kinginge
room, chumba
root, shine; mzizi

rope, kamba
rotate, zunguka (v); pangilia (crops)
  (v)
route, njia
rude, -enye kukosa adabu
rug, zulia
run (ran, run), enda mbio (of
  motion) (v); chujuka rangi (of dye)
  (v)

S

sad, -enye huzuni
sadness, huzuni
safe, salama
safe, kasha la chuma la kuwekea
  fedha na vyombo vya thamani
safety, salama; usalama
salary, mshahara; ujira
sale, mnada (auction); upunguzi wa
  bei (reduction)
salt, chumvi
salutation, salamu
salute, toa salamu (v)
same, ile ile; kile kile, n.k.
satisfaction, ridhaa
satisfactory, -enye kuridhisha; -enye
  kutosheleza
satisfy, ridhisha (v); tosheleza (v)
Saturday, Jumamosi
sauce, mchuzi
saucer, kisahani
save, okoa (v); weka akiba (v)
savings, fedha iliyowekwa; akiba
savings bank, banki ya akiba
say (said), sema (v)
scarce, haba; nadra; tukizi
scare, tisha (v)
scene, sura ya nchi; mandhari
scenery, mandhari
scholar, mtaalamu; mwanafunzi wa

elimu ya juu
scholarship, elimu ya juu (status of);
  tuzo ya kulipiwa masomo (money)
school, chuo; shule; skuli
scissors, mkasi
scold, karipia (v); tukana (v)
scratch, kuna (v); piga kucha (v)
scratch, mtai
sea, bahari
seafood, chakula kinachotoka
  baharini (samaki n.k.)
seaman, baharia
search, tafuta (v)
season, koleza chakula (v)
season, majira ya mwaka
seat, weka kitini (v)
seat, kiti; makazi; makao makuu ya
  serikali (of government)
seated (be), kaa (v); keti (v)
second, saidia shauri (v)
second, nukta (of time)
second, -a pili
secret, siri
secretive, -enye kupenda kufanya
  mambo kwa siri
section, mkato; sehemu
security, usalama
see (saw, seen), ona (v); fahamu (v)
seek (sought), tafuta (v)

seem, onekana (v)
seen (be), onekana (v)
segregate, bagua (v)
segregation, ubaguzi
seize, kamata (v); shika (v)
select, chagua (v)
self, nafsi; -enyewe; -ji- (used with verb); binafsi
selfish, -enye choyo
sell (sold), uza (v)
semi, -nusu
send (sent), peleka (v); tuma (v)
senior, mkubwa wa umri au cheo
seniority, utangulizi wa umri au cheo
sense, akili; maana
sensitive, upesi wa kuchomwa moyo; mwingi wa hisi
sent (be), tumwa (v); pelekewa (v)
sentence, kata hukumu (v)
sentence, hukumu (judgement); fungu la maneno (written or spoken); sentensi
sentimental, -enye moyo mwanana
separate, tenga (v); achana (v)
separate, mbalimbali
sequence, ufuatano
serial, -a kufuatana kwa utaratibu
series, mfululizo
serious, -a maana; -enye fikira; enye kufaa kuzingatiwa kwa utulivu mkubwa
servant, mtumishi
serve, tumikia (v); faa (v)
service, kazi; ibada
set, weka (put down) (v); chwa (v) jua (sun)
seven, saba
seventeen, kumi na saba
seventy, sabini
several, -ingi kidogo; baadhi ya
severe, -kali
sew (sewed, sewn), shona (v)
shame, aibisha (v)
shame, aibu
shampoo, osha nywele (v)

shampoo, sabuni ya kuoshea nywele
shape, umbo; namna
share, gawa (v); shiriki (v)
share, fungu
shave, nyoa (v)
she, yeye (mwanamke)
sheet, shuka (bed); karatasi (paper)
shelf, rafu; kibao
shirt, shati
shoe, kiatu
shoot (shot), piga bunduki (v); chipuka (v)
shop, duka
short, -fupi; -pungufu
shortage, upungufu
shout, piga kelele (v)
show, onyesha (v)
show, onyesho; tamasha
shun, epuka (v)
shut, funga (v); fumba (v)
sick, -gonjwa
side, upande
sight, nadhari
sign, tia sahihi (v)
sign, dalili; alama
signal, ashiria (v); onya (v)
signal, ishara (sign); kionyo (warning)
signature, sahihi
significant, -enye maana
silly, -jinga; -puzi
similar, -a kufanana
simple, rahisi; bila mambo mengi
sin, fanya dhambi (v)
sin, dhambi
since, tangu; tokea
sincere, -nyofu; dhati
sincerely, kwa moyo mmoja; kwa dhati
sincerity, unyofu; kweli
sing (sang, sung), imba (v)
singer, mwimbaji
single, moja tu; peke yake; pasina mke au mume; mjane
sir, bwana

sister, dada; umbu
sister-in-law, shemeji
sit (sat), kaa (v); keti (v)
situation, mahali (place); hali (state); mambo yalivyo
six, sita
sixteen, kumi na sita
sixty, sitini
size, ukubwa; kipimo; kilingo
skeleton, mifupa ya mwili
skill, ustadi; ubingwa; ufundi
skirt, nguo ya chini ya mwanamke (kinyume cha 'blouse')
skull, fuu la kichwa
sky, mbingu; anga
slang, maneno ya kutumika katika maongezi tu; lugha ya kindani
slave, mtumwa
sleep (slept), lala (v)
sleep, usingizi
sleeve, mkono wa nguo
slim, -embamba
slow, -kokotevu; si -epesi
slum, mtaa mchafu wenye nyumba mbovu
small, -dogo
smart, chonyota (v)
smart, malidadi (of appearance) (also maridadi); -epesi (of intellect)
smell, nusa (v); nuka (bad) (v); nukia (sweet) (v)
smell, harufu
smile, chekelea (v); tabasamu (v)
smile, tabasamu; bashasha; kicheko chembamba
smoke, toa moshi (v); vuta tumbako (v)
smoke, moshi
snack, chakula kidogo
snapshot, picha iliyopigwa
sneeze, piga chafya (v); enda chafya
so, hivi; na; kwa hiyo
soap, sabuni
social, -a urafiki; -a jamaa

society, urafiki; chama; shirika; umma
solid, imara; -gumu
solution, myeyusho (of substance); ufumbuzi (of problems)
solve, tatua swali au tatizo (v)
some, -ingine; baadhi ya
somebody, someone, mtu; mtu mmoja
something, kitu
somewhere, mahali; (hapajulikani wapi)
son, mwana wa kiume
son-in-law, mkwe
song, wimbo
soon, sasa hivi; upesi
soul, roho
sound, toa sauti (v)
sound, sauti (of noise); mlio
sound, -zima (firm, whole); thabiti
soup, mchuzi; supu
sour, -chungu
source, asili; mwanzo
south, kusini
southern, -a kusini
space, nafasi (room); anga za juu (of astronomy)
spaceman, mwanaanga
speak (spoke, spoken), sema (v); nena (v)
speaker, mwenye kusema; hatibu
speaker (Parliament), spika
special, maalum; -a pekee
species, aina
specific, -a kuainisha
speech, usemi; lugha; hotuba; toa hotuba (make a speech)
speed, enda mbio (v)
speed, kadiri ya mwendo; kasi
spill, mwaga (v); mwaya (v)
spirit, roho; pepo
spirits, mvinyo; aina mbali mbali za vinywaji vinavyolewesha; moyo mkunjufu (high spirits); moyo ambao umevunjika (low spirits)

ambao umevunjika (low spirits)
sponsor, mdhamini
spoon (kitchen), mwiko
spoon (table, tea), kijiko
sport, winda (hunt) (v)
sports, michezo
spouse, mume; mke
spy, peleleza (v); jasusi (v)
spy, mpelelezi; jesusi
square, mraba
squeeze, kamua (v)
staff, fimbo (stick); jamii ya
    wafanyakazi (workers)
staff (flag), mlingoti wa bendera
stage, jukwaa (of theatre); mwendo
    baina ya kituo na kituo cha pili
    (period, section)
staircase, ngazi ya nyumba
stairs, ngazi
stamp, chapua miguu (v)
stamp, stampu ya posta
stand, simama (v)
standard, kanuni ya ubora; mizani ya
    kusawazisha
star, nyota (in sky); mcheza senema
    bingwa (celebrity)
start, anzisha (v); anza (v)
start, mwanzo
state, sema (v); onyesha (v)
state, Serikali (government); hali
    (condition)
statement, taarifa
statesman, bingwa wa siasa
stationary, -a kusimama
stationery, karatasi za kuandikia
steal (stole, stolen), iba (v); kwenda
    (v) kimya (go quietly); nyeta (v)
step, tia mguu (v)
step, hatua; daraja
stingy, bahili, -choyo
stir, koroga (v)
stockings, soksi ndefu
stomach, tumbo
stop, simama (v); tua (v); simamisha
    (v); koma (v); komesha (v)

stop, kikomo; ukomo; kituo
store, weka akiba (v)
store, duka (shop); ghala; akiba
    (stock of)
storey, ghorofa; dari
story, hadithi
stove, jiko
straight, sawa; -a kunyoka; nyofu
strange, -a kigeni; -a kushughulisha
stranger, mgeni
street, njia ya mji
strength, nguvu
strict, -kali; -enye kufuata sheria tu
string, uzi; kigwe
strong, -a nguvu; -enye nguru
structure, muundo; jengo
stubborn, -kaidi
student, mwanafuzi
study, jifunza (v); chungua (v)
stupid, -pumbavu
subject, raia (of nation); jambo
    (thing, matter); kisa
suburb, kiunga
succeed, fuzu (v); faulu (v); pata
    muradi (v)
success, sudi
such, -a namna; fulani
sugar, sukari
suggest, toa shauri (v)
suggestion, shauri
suit, faa (v)
suit (clothes), suti
sum, jumla
(a) sum, hesabu
summary, muhtasari
summary dismissal, fukuza kazini
    halani
summary justice, kata hukumu bila
    kumpa mshtakiwa nafasi ya
    kujitetea
summer, kiangazi
summit, kilele; upeo
sun, jua
sunrise, mapambazuko ya jua; kucha
sunset, kuchwa; machweo

superior, bora; -tukufu
supper, chakula cha jioni
support, saidia (v); tegemeza (v)
support, tegemeo; msaada
suppose, dhani (v); kisi (v); waza (v)
supposition, wazo
sure, -a hakika; -enye hakika
surface, uso; upande wa nje
surprise, stua (v); stusha (v)
surprise, jambo lisilotazamiwa;
    jambo la ghafula
survey, tazama (v); aua (v)
survey, upimaji
survive, endelea kuishi (v); pona
    katika hatari (v); kuwa hai (v)
suspend, kata maendeleo (v) (stop
    temporarily); ning'iniza (hang) (v)
suspend a meeting, simamisha
    mkutano (v)

suspense, mashaka; usisimuzi
swallow, meza (v)
swallow, mbayuwayu
sweat, toka jasho (v)
sweat, jasho
sweep, fagia (v)
sweet, -tamu
sweetheart, mchumba
swift, -epesi
syllable, silabi
symbol, dalili; fumbo
sympathize, onea huruma (pity) (v);
    kubaliana (agree) (v)
sympathy, huruma
syrup, asali; shira
system, utaratibu; mwili
systematic, -enye kuendelea kwa
    utaratibu maalum

T

table, meza (furniture); orodha (list);
    tarakimu
tail, mkia
take (took, taken), twaa (v); chukua
    (v)
talent, majaliwa; akili; kipawa
talk, ongea (v); zungumza (v)
talk, maongezi; mazungumzo
tall, -refu
tangerine, chenza
tape, utepe; uzi
tardy, -a kukawia
taste, onja (v)
taste, ladha
tax, toza kodi (v)
tax, kodi
taxi, teksi
tea, chai
teapot, birika la chai

teach, fundisha (v)
teacher, mwalimu
teaching, mafundisho
tear (tore, torn), tatua (v); chana (v)
tears, machozi
tease, chokoza (v)
teaspoon, kijiko cha chai
teat, chuchu
technical, -a ufundi
technology, ujuzi wa miundo ya
    sayansi
teenager, kijana; msichana
teeth, meno
telegram, simu
telegraph, peleka simu (v)
telephone, piga simu ya mdomo (v)
telephone, simu ya mdomo
tell (told), ambia (v); arifu (v)
temper, tabia (nature); hamaki

(anger)
temperament, tabia maalum
temperature, kadiri ya joto
temporal, -a maisha ya duniani
temporary, -a muda mdogo
ten, kumi
tend, tunza (v)
tendency, maelekeo
tense, wakati (grammar)
tense, -a kufadhaisha; -enye wahaka
   au kitetemo
tension, kadiri ya mkazo
term, muda
terminate, komesha (v)
terms, masharti
test, jaribu (v); pima (v); fanyia
   mtihani (v)
test, jaribio; mtihani
text, aya
textbook, kitabu cha mafundisho
than, kuliko; zaidi ya (more than)
thank, shukuru (v); sema ahsante (v)
thanks, ahsante; shukurani
that, -le
theatre, jumba la michezo ya kuigiza
theft, wizi
their, theirs, -ao
their children, watoto wao
their books, vitabu vyao
them, wao
themselves, wao wenyewe
then, wakati ule; ndipo; kisha
theory, mawazo; viasi vya fikara
there, pale; kule; mule (inside)
therefore, kwa hiyo; kwa hivyo
thermometer, kipimo cha joto
these, hawa; hizi n.k.
they, wao
thick, -nene; -pana
thief, mwizi; mwivi
thin, -embamba
thing, kitu; jambo
think (thought), waza (v); dhani (v);
   fikiri (v)
third, -a tatu; thuluthu (one third)

thirst, kiu
thirsty, -enye kiu; ona kiu (feel
   thirsty)
thirteen, kumi na tatu
thirty, thelathini
this, huyu; hii; hiki; huu; hapa; huku;
   hili n.k.
thoroughly, kamili; pasina makosa
those, wale; zile; vile; ile; yale n.k.
though, ingawa; ijapokuwa
thought, wazo; fikara
thousand, elfu
threat, kitisho
threaten, tisha (v)
three, tatu (in counting)
three, -tatu
thrice, mara tatu
throat, koo; umio
through, kupitia
throughout, wakati wote
throw (threw, thrown), tupa (v)
thumb, kidole gumba
Thursday, Alhamisi
thus, hivyo
tie, enda sare (draw) (v); funga
   (bind) (v)
tie, tai
time, wakati; saa ngapi? (what's the
   time?)
timid, -oga
timidity, woga
tiny, -dogo sana
tire, chosha (v)
tired (be), choka
tiresome, -a kuchosha
tissue, shashi
tissue paper, karatasi nyembamba ya
   kufutia vumbi, jasho au makamasi
title, jina; cheo
to, kwa; nyumba*ni* (ni of location)
   (to the house)
toast, choma mkate (v); toa salamu
   karamuni (v)
toast, mkate uliochomwa (bread);
   salamu za karamuni (ceremonial)

tobacco, tumbako
today, leo
toe, kidole cha mguu
together, pamoja
toilet, choo
tolerance, uzingativu wa matendo au maneno ya watu wengine ustahamilivu wa maneno au vitendo vya wengine
tolerant, -vumilivu
tomorrow, kesho
(day after) tomorrow, kesho kutwa
ton, tani
tongue, ulimi (in mouth); lugha (language)
tonight, usiku huu; leo usiku
too, kupita kiasi (more than enough); mno; pia (as well)
tool, zana ya kazi
tooth, jino
toothbrush, mswaki
total, jumla
touch, gusa (v)
touch, mguso
tough, -gumu
tour, safiri (v)
tour, safari ya hiari
tourist, mtalii
towel, kitambaa cha kufutia; tauli
toy, mchezo wa watoto
traffic, magari yapitayo barabarani
tragedy, jambo la huzuni kuu
tragic, -enye kuhuzunisha sana
train, fundisha (v); ongoza (v)
train, reli; gari la moshi
transfer, hamisha (v)
transfer, uhamisho kupelekwa mahali pengine
transition, wakati wa mabadiliko
translate, fasiri (v)
translation, tafsiri
transmit, peleka (v)
transport, uchukuzi; mambo ya safari
trash, vitu hafifu (nonsense); upuzi; taka (garbage)
travel, safiri (v)
travel, safari
traveller, msafiri
tray, sinia; chano
treasure, hazina; dafina
treat, tendea (v); tibu (v); fanyia karamu; tafrija
treatment, dawa; matabibu
tree, mti
trial, taabu (trouble); misukosuko; kesi (court)
tribe, kabila
tribute, kodi (money); sifa (praise); jambo zuri
trinity, utatu
triple, -tatu pamoja
triplets, watatu kwa uzazi mmoja
trouble, sumbua (v)
trouble, taabu
true, -a kweli
truly, kwa kweli
trustworthy, -aminifu
truth, kweli; ukweli
try, jaribu (v)
Tuesday, Jumanne
tuition, mafundisho (lessons); ada (karo) za shule (fee)
turmoil, fujo
turn, geuka (v); zunguka (v)
turn, zamu; kwa zamu (in turn)
twelve, thenashara; kumi na mbili
twenty, ishirini
twice, mara mbili; kawili
twins, watoto pacha; mapacha
two, mbili (counting)
two, -wili
type, mtindo (sort); herufi za chapa (printing)
type, andika kwa taipu (v); piga taipu
typewriter, taipreta

U

ugly, -enye sura isiyopendeza; -bovu
unable (be), kutoweza
unanimous, kwa umoja
uncle, mjomba; baba mdogo
uncomfortable, bila raha; pasina
  utulivu
uncommon, -a kigeni; nadra
unconscious (be), zimia (of body) (v);
  kukosa fahamu (be unaware) (v)
undecided (be), sitasita (v)
under, chini ya; chini
underestimate, kutokisia sawa (v)
underline, piga mstari chini (v)
underneath, chini ya
understand (understood), fahamu
  (v); elewa (v)
underwear, nguo za kuvaa ndani;
  andawea
undress, vua nguo (v)
unequal, si sawa kwa kiasi
unexpected, -a ghafula; pasina
  kutarajiwa
unfortunate, -enye bahati mbaya; -a
  kusikitisha
unhappy, -enye huzuni
unify, ungamanisha (v); sawazisha
  (v)

unimportant, -dogo; si muhimu
unite, ungana (v); unganisha (v)
unity, umoja
universal, -a mahali pote; -a
  kilimwengu
university, chuo kikuu
unknown, kinyume cha kujulikana
unless, isipokuwa
unnecessary, kinyume cha
  kuhitajikana
unusual, si -a kawaida
upstairs, katika orofa ya juu; darini
up-to-date, -a siku hizi; -limwengu
urban, -a mji
urge, sisitiza (v)
urgent, muhuimu; -a haraka
us, sisi
use, tumia (v)
use, faida
usual, -a kawaida
utensil, chombo cha matumizi
utter, tamka (v)
utter, kabisa
utterance, matamko; tamko
utterly, kabisa

V

vacant, -tupu
vacate, ondoka (v); hama (v)
vacation, likizo
vaccinate, chanja (v)
vaccination, chanjo
vagina, kuma
vague, si dhahiri

valid, -a halali
valuable, -a thamani
value, thamini (v)
value, thamani
vanguard, watangulizi
variation, badiliko
vary, badilika (v)

39

vegetable, mboga
vehicle, gari
vein, mshipa wa damu
velocity, kadiri ya mwendo; kiasi cha
kasi
verification, uthibitisho
verify, thibitisha (v)
versatile, hodari katika kazi za
namna nyingi
verse, shairi
version, tafsiri; kisa; tanzu
versus, kupambanana
vertical, wima
very, sana; mno
vice, ovu; jambo baya
Vice President, Makamu wa Rais
vicious, katili; -enye roho mbaya;
-enye kutenda maovu
view, tazama (v)
view, mandhari
violate, tenda jeuri (v); vunja sheria
(v)
violence, nguvu; jeuri

virgin, bikira; mwanamwali
visible, -a kuonekana
vision, uoni; njozi; nadhari
visit, zuru (v)
visit, ziara
visitor, mgeni
vivid, dhahiri
vocabulary, jumla ya maneno;
kamusi ndogo; msamiati
vocal, -a sauti ya mtu
vocation, wito; kazi ya maisha
voice, sauti ya mtu
void, tupu; hapana kitu
volume, kitabu (of books); ukubwa
(of size)
voluntary, kwa hiari
volunteer, mjitolea kazi kwa hiari
yake
vote, chagua kwa kura (v)
voter, mchaguzi
voucher, cheti cha ushuhuda; vocha
vowel, vokali

W

wage, mshahara; ujira
waist, kiuno
wait, ngoja (v); ngojea (v)
waiter/waitress, mtumishi mezani
waive, acha kudai (v); samehe deni
(v)
walk, enda kwa miguu (v); tembea
(v)
walk, matembezi
wall, ukuta
wallet, mkoba
want, taka (v); hitaji (v)
want, uhitaji
war/warfare, vita

wardrobe, kabati la kuwekea nguo
warm, -enye moto wa kadiri
warn, onya (v)
warning, onyo
wash, osha (clothes) (v); fua (v);
nawa (hands) (v); tawadha
(religious cleansing) (v)
waste, poteza (v); mwaga (v); mwaya
(v)
watch, angalia (v)
watch, saa ya mkono (time); ulinzi
(guard)
water, tilia maji (v)
water, maji

wax, nta
way, njia
we, sisi
wealth, mali; utajiri
weapon, silaha
wear (wore, worn), vaa (v)
wear out, chujuka (v)
Wednesday, Jumatano
wedding, arusi
week, juma; wiki
weekly, kila juma; kila wiki
weigh, pima uzito (v)
weight, uzani, uzito
weighty, -enye uzito; -zito
weird, -a kutisha kidogo
welcome, karibisha kwa furaha (v)
welcome, makaribisho
welfare, hali njema
well, kisima
well, -zima; vizuri
well, je (as an exclamation)
west, magharibi
wet, majimaji
what? nini?
whatever, cho chote; ni nini? (as a question)
when, wakati wa
when? lini?
when, po (as relative of time or place)
where, mahali
where? wapi?
where, po (as relative of place or time)
wherever, mahali po pote
whether, kama; ikiwa (if)
which? -pi?; gani?
whichever, -o -ote
while, wakati; maadam
whisper, nong'ona (v)
whisper, mnong'ono
white, -eupe
who, whom, ye (relative singular); o (relative plural)
who? nani?

whoever, ye yote (singular); wo wote (plural)
whole, -zima; kamili
whore, malaya
whose? -a nani?
why? kwa nini? mbona? kwa sababu gani?
wicked, -ovu; -enye roho mbaya
wickedness, uovu
widow, mjane (mwanamke aliyefiwa na mumewe)
widower, mjane (mwanamume aliyefiwa na mkewe)
width, upana
wife, mke
wild, -a mwitu; mshenzi
will, tia nia (v); usia (v)
will, nia (intention); wasia; ta (future tense with verb)
wily, -janja
win (won), shinda (v)
wind, upepo
window, dirisha
wine, divai; mvinyo
wing, ubawa
winner, mshinda
winning, ushinde
winnings, mapato ya ushindi
winter, majira ya baridi; kipupwe
wipe, wipe out, futa (v)
wisdom, hekima, busara
wise, -enye busara; -enye hekima
wish, taka (v)
wish, ombi; takwa
with, na; pamoja na
withdraw (withdrew, withdrawn), toa (v); jitoa (v)
withhold (withheld), nyima (v); vua (money) (v)
within, ndani (ya); katika
without, bila; pasipo
witness, shuhudia (v)
witness, shahidi
wits, akili
woman, mwanamke

wonder, staajabu (v)
wonder, ajabu
wonderful, -a ajabu; nzuri sana
wood, mti; mbao; mwitu (forest)
wool, sufu
word, neno; ahadi (promise)
work, kazi
work, fanya kazi (v)
worker/workman, mfanyakazi au mfanyikazi
world, ulimwengu; dunia
worry, udhi (v)
worry, udhia
worship, abudu (v)

worship, ibada
worst, -baya kabisa
worth (be), kuwa na thamani
worth, thamani
wrath, ghadhabu
wrist, kiwiko cha mkono
writ, hati ya serikali
write (wrote, written), andika (v)
writer, mwandishi
writing, mwandiko; maandishi
writings, maandishi
wrong, dhulumu (v)
wrong, -baya; si sahihi
wrong, kosa

X

X-ray, miali ipenyayo mwili

Y

yacht, chombo cha matanga; mashua
yard, ua; yadi
yawn, piga miayo (v); kwenda mwao (miayo) (v)
year, mwaka
year (last), mwaka jana
year (next), mwakani
yell, piga kelele (v)
yellow, rangi ya manjano
yes, naam; ndiyo
yesterday, jana
yet, lakini (but); bado (of time)
yield, mazao

yield, zaa (bear) (v); kubali (submit) (v)
yoke, nira
yolk (egg), kiini cha yai
you, wewe (singular); ninyi au nyinyi (plural)
young, -dogo; -changa
your, yours, -ako (singular); -enu (plural)
yourself, wewe mwenyewe
yourselves, nyinyi wenyewe
youth, kijana

Z

zero, sifuri
zone, sehemu maalum ya nchi au dunia

zoo, mahali pa kutunza na kuonyesha wanyama

Swahili/English Section

Symbols and abbreviations

(vi)	plural of ki as in *ki*tu, *vi*tu
(vy)	plural of ch as in *ch*umba, *vy*umba
(w)	plural of mw as in *mw*amerika, *w*amerika
(wa)	plural of m as in *m*tu, *wa*tu
(mi)	plural of m as in *m*ti, *mi*ti
(:)	singular and plural are the same, as in nyumba
(ma)	plural as in shauri, *ma*shauri; jina *ma*jina
(:ma)	plural could be treated as n class or ji-ma class as in pesa *or* *ma*pesa
(ny)	plural for u class often as in unywele, nywele
(v)	verbs
(-)	adjectives and personal pronouns which require an appropriate prefix to agree with the preceding noun
(ap)	always used in plural

A

-a, of e.g.
  mtoto wa, a child of
  maji ya, water of
abiria (ma), a passenger
abudu (v), worship
acha (v), leave; divorce
achia (v), leave; let go
achilia (v), forgive
achisha maziwa (v), wean a child
achwa (v), be left; be divorced
ada (:), a fee; customs; traditions
adabu (:), good manners
adha (:), nagging; worry
adhama (:), glory
adhibika (v), be punished; be
  tormented
adhibisha (v), punish; persecute
adhibiwa (v), be punished; be
  persecuted
adhibu (v), punish; persecute
adhimisha (v), honour
adhuhuri (:), noon
adibisha (v), train in good manners
adili, righteous, just
adilisha (v), teach right; conduct
adimika (v), be scarce
adimu, rare; unobtainable
adui (:ma), an enemy
afa (ma), a calamity; ill-omened
  person
afadhali, preferable; preferably
afiki (v), agree with
afikiana (v), make an agreement
afisa (ma), an officer
afisi (:), an office
afu (v), deliver; save
afua (:), deliverance from calamity,
  disease and disaster
afya (:), health
afyuni (:), opium

aga (v), take leave of
agana (v), say goodbye; make an
  agreement
agano (ma), an agreement
Agano Jipya (:), New Testament
Agano La Kale (:), Old Testament
agiza (v), order; direct
agizo (ma), directions
agua (v), divine; predict
ahadi (:), a promise
ahera (:), hereafter; life after death
ahidi (v), promise
ahidiana (v), promise one another
ahirisha (v), postpone
aibika (v), be disgraced
aibisha (v), put to shame
aibu (:), disgrace
fanya aibu, to do a disgraceful thing
aidha, moreover
aila (:), family
aili (;), a blame; a fault
aili (v), blame
aina (:), kind; type; species; manner
ainisha (v), classify; distinguish
ajabu (:), a wonder
ajali (:), fate
ajili (:), sake
kwa ajili ya, for the sake of
kwa ajili yangu, for my sake
ajiri (v), hire
ajirisha (v), hire something to
  someone else
ajizi (:), slackness
ajizi, slack
akali (:), few
akali ya watu, a handful of people
-ake, his or her; hers
  mtoto wake, his /her child
  kisu chake, his/her knife
akiba (:), reserve; that which has

been stored or saved; savings

akili (:), mind; intelligence; cleverness

akina, describing one type of people collectively; 'akina Wambula', the Wambula family as a whole; the Wambula type of character or group

-ako, your/s singular
mtoto wako, your child
pesa zako, your money

ala (:), a weapon; tool; a musical instrument; a sheath

alama (:), a mark; a sign; a symbol

alasiri (:), afternoon

alfabeti (:), the alphabet

alfajiri (:), time just before dawn

Alhamisi (:), Thursday

alika (v), invite; click; crackle; summon

alisha (v), click; crackle

Allah (:), God

almasi (:), diamond

ama, either; or

amali (:), occupation; action; habit (figuratively)

amana (:), a pledge; a deposit

amani (:), peace

amba-, who; which
mtu ambaye, the person who
kitu ambacho, the thing which

amba (v), slander; backbite

ambata (v), stick to

ambatana (v), hug or clasp one another

ambatisha (v), sticking things or people together

ambia (v), tell; say to
ameniambia, he has told me
nilimwambia, I told him

ambika (v), bait a trap

ambilika (v), be amenable to reason; approachable

ambiwa (v), be told
nimeambiwa kweli, I have been

told the truth

ambua (v), peel off

ambuka (v), be peeled off; come off

ambukiza (v), infect

ambukizo (ma), infection

ami (:ma), a paternal uncle

amia (v), guard crops against birds

amini (v), believe in; have faith in

aminika (v), be trustworthy

aminisha (v), entrust; take a risk

amka (v), awake

amkia (amkua) (v), greet

amri (:), orders; commands; authority

amrisha (v), give orders

amsha (v), awaken someone

amua (v), arbitrate; judge; decide

amuru (v), command

amwa (v), suck the breast

anasa (:), pleasures; a hedonistic life

andaa (v), prepare; entertain

andalia (v), prepare for
jiandalia (v), get oneself ready for

andama (v), follow

andamana (v), walk in a procession

andamano (ma), a procession (always in plural)

andamwa (v), be followed; be the subject of malicious tongue

andika, write; enroll; set the table

andikia (v), write to

andishi (ma), writing or writings (always in plural)

anga (:), the sky; the light; space; ether

angaa (v), shine; give light to

angalia (v), pay attention; take care

-angalifu, attentive; careful

angama (v), hang in mid-air; confess

angamia (v), be damned; perish

angamiza (v), destroy

-angavu, clear; shining; wide awake

angaza (v), keep awake; shine; give light to

angika (v), hang-up

-angu, my
  mtoto wangu, my child
  rafiki yangu, my friend
angua (v), bring down; throw down
  (fruit from a tree); hatch eggs
anguka (v), fall
angusha (v), let fall; throw down
anika (v), put out to dry
ankra (:), an invoice; a bill
anua (v), take in after being put out
  to dry
anuka (v), clear up (weather)
anwani (:), the address
anza (v), begin; start
anzisha (v), start out; initiate into
-ao, their/s
  mbwa wao, their dog
  nakwenda kwao, I am going to
  their home
apa (v), take an oath
apisha (v), put on oath
  apishwa kiapo, be sworn on oath
apiza (v), curse
apizo (ma), a curse
Arabuni (:), Arabia
arbuni (:), deposit
ardhi (:), land; ground
ari (:), self-respect; the effort to win
  and not lose
arifiwa (v), be informed
arifu (v), inform
arobaini, forty
arusi (:), a wedding
  maarusi, the bridal couple
  bibi arusi, the bride
  bwana arusi, the bridegroom
asali (:), honey
asante, thank you
asanteni, thank you (all, both)
asherati (ma), fornicater; a
  debauched person
ashiki (v), have a strong desire; to be

infatuated by
ashiria (v), make a sign to
asi (v), disobey; rebel against
asi (ma), a person who sins or rebels
asia (ma), a sin; faults
asili (:), origin; nature
asilia, genuine; original
askari (:), a policeman; a soldier
  askari wa polisi, a policeman
  askari wa jeshi, a soldier (of the
  army)
  askari kanzu, a detective
askofu (ma), a bishop
asubuhi (:), morning
atamia (v), sit on eggs
athari (:), effect; mark
athiri (v), affect; touch the heart;
  sway
ati, so it is said; it is alleged
au, or
aua (v), survey; inspect
aula, it is supreme; better; best; most
  important; requiring precedence
auni (v), help; assist
auni (:), help; aid; assistance
awali (:), the beginning
aya (:), verse; paragraph; short
  section
ayari (ma), a cheat; a rogue
azali (:), eternity; from beginning to
  eternity
azima (v), borrow or lend anything
  other than money
azima (:), a charm given by a
  witchdoctor
azimia (v), intend; be resolved
azimio (ma), intention; plan;
  resolution
azimu (v), intend as 'azimia'
azizi (:), a precious, lovable,
  esteemed person; the beloved one

B

baa (ma), disaster; plague; a bar
baada ya, after
baadaye, afterwards
baadhi, some
baba (:ma), father
baba mkubwa, paternal uncle
babaika (v), be confused
babaisha (v), cause confusion
babata (v), tap lightly
babu (:ma), grandfather
babuka (v), be disfigured
badala (:), a substitute
badala ya, instead of
badili (v), change; exchange
-badilifu, changeable; unstable
badilika (v), be changed
badiliko (ma), change
badilisha (v), change; exchange
  badilisha nguo, change clothes
bado, not yet; still
bagua (v), separate; segregate;
  discriminate
bahari (:), sea
baharia (ma), sailor
bahasha (:), envelope; bag
bahati (:), luck; chance
bahatisha (v), guess; take a chance
bahili (ma), a miser
baibui (ma), a woman's covering (see
  also buibui)
baina ya, between; among
bainika (v), be clear; manifest
bainisha (v), show clearly
baiskeli (:), bicycle
baki (ma), remainder
bakisha (v), leave over
bakora (:), a walking stick
bakshishi (:), a tip
bakuli (ma), a basin
balehe (v), reach puberty

bali, on the contrary
bali (v), care
balozi (ma), a consul; an ambassador
bamba (v), hold; arrest
bana (v), squeeze
banda (ma), barn; shed
bandari (:), a harbour
bandia (:), a home-made doll
bandika (v), attach; stick on
bandua (v), strip off
banduka (v), get detached from
bangi (:), hemp; marijuana
banja (v), crack nuts
banzi (ma), spit for roasting
bao (ma), board for game or
  divination; goal; points
bapa (ma), a broad flat surface
bara (:ma), a continent; mainland
barabara (:), highroad
barabara, exactly right
baradhuli (ma), a simpleton
barafu (:), ice
baragumu (ma), a horn
baraka (:), blessing; prosperity
baraza (:), a verandah; a council-
  house; a meeting place
baridi (:), a cold; coolness
baridi, cold
bariki (v), bless
barizi (v), hold a reception; attend a
  council or usual meeting place
barua (:), a letter
baruti (:), gunpowder
bashiri (v), predict; bring news
basi, well!; that's all!
basi (ma), a bus
bastola (:), a pistol
bata (ma), a duck
bata la bukini, a goose
bata mzinga, a turkey

bati (ma), galvanized iron sheets
batili (v), annul
batili, invalid; worthless; wrong
batilika (v), be annulled; cancelled;
  be changed
  ndoa imebatilika, the marriage has
  been annulled
batilisha (v), annul; abrogate
batiza (v), baptize
bawa (ma), a wing
bawaba (:), a hinge
bawabu (ma), a doorkeeper
-baya, bad
bayana, clearly
beba (v), carry on back
beberu (ma), a he-goat; a wicked
  colonialist
bega (ma), a shoulder
behewa (ma), an inner courtyard; a
  compartment of train
bei (:), price
  machungwa bei gani? what is the
  price of oranges?
bekua (v), parry
bemba (v), flatter; seduce
bendera (:), a flag; a banner
benuka (v), bulge; protrude
beti (:), small leather pouch; verse of
  a song or poem
beza (v), scorn
-bezi, disdainful
bia (:), a co-operation; beer
biashara (:), commerce
bibi (ma), grandmother; lady
Biblia, The Bible
-bichi, unripe; uncooked; damp
  nyama mbichi, raw meat
bidhaa (:), merchandise
bidi, be obligatory
  imenibidi (v), I feel bound to
bidii (:), energy; effort
  jibidiisha, to exert oneself
bikari (:), drawing compasses
bikira (ma), a virgin
bikiri (v), deflower

bikiriwa (v), lose virginity
bila, without
bilashi, in vain; free
bilauri (:), a glass; a tumbler
bilingani (ma), an aubergine
bima (:), insurance
bin, son of
binadamu (:), son-of-Adam; a human
  being
bindo (ma), a fold of loincloth used as
  a pocket
bingwa (ma), an expert; a specialist
binti (:), a daughter
birika (ma), a kettle; a cistern
bisha (v), knock; oppose
bishana (v), wrangle
bisi, popcorn
bisibisi (:), a screwdriver
-bivu, ripe
biwi (ma), a rubbish heap
bizari (:), curry powder
blanketi (ma), a blanket
boboka (v), blurt out; have a loose
  tongue
boga (ma), a pumpkin
bohari (ma), a warehouse
bokoka (v), come off (as a handle)
boma (ma), a fort; government office
bomba (ma), a pump; a pipe; a
  chimney
bomoa (v), break down
bomoka (v), collapse
bomolewa (v), be broken down
bonde (ma), a valley
bonge (ma), a lump; ball of string
bonyeka (v), be dented
bonyeza (v), press in
bora, fine; excellent; better than;
  best
boriti (ma), a thick pole; a beam
boronga (v), bungle
borongo (ma), spoiled work
-bovu, rotten; worthless
bua (ma), stem of maize, millet, etc
buba (:), yaws

bubu (ma), a dumb person
bubujika (v), be bubbling-up
buburushana (v), scuffle
budi, a way out; alternative
　sina budi, I must; I have no
　alternative
buibui (ma), spider; woman's
　covering cloak (same as baibubi)
bumba (ma), a lump; cluster of bees
bumbuaza (v), confuse; perplex
bumbuazi (:), perplexity, helpless
　confusion
bumbuaruka (v), be startled; rush off
bumburusha (v), startle; frighten
　away
bunda (ma), a parcel; a bale
bundi (ma), an owl
bunduki (:), a gun; a rifle
　piga bunduki, shoot with a rifle
Bunge (ma), Parliament; National
　Assembly
buni (:), coffee berries
buni (v), compose; build; set up

burashi (:), a brush
bure, free of charge; useless
　bure ghali, good for nothing
burudika (v), be refreshed
burudisha (v), cool; refresh
buruga (v), stir up
burura (v), drag
busara (:), prudence; wisdom
bustani (:), a garden
busu (v), kiss
-butu, blunt
　kisu kibutu, a blunt knife
buu (ma), maggot; grub
buyu (ma), a calabash
bwaga (v), throw down
bwaga moyo (v), throw off cares; rest
bwana (:ma), a gentleman or mister;
　a lord
bwawa (ma), a swamp; a bog
bweni (:), sleeping quarters for girls
　or boys; a dormitory
bweta (:), a small box

C

cha, of (Ki class singular)
cha (v), dawn; reverence
chacha (v), ferment; go sour
chachari (ma), restlessness (always
　used in plural)
-chache, few; a little
-chafu, dirty; filthy
chafua (v), mess up; cause confusion
chafuka (v), be in disorder
chafuko (ma), chaos; confusion;
　disorder
chafya (:), a sneeze
　kwenda chafya, to sneeze
chaga (v), insist; be prevalent

chagiza (v), be insistent, pester
chagua (v), choose; select; vote for
-chaguzi, fastidious; choosy
chai (:), tea
chakaa (v), wear out; wither
chaki (:), chalk
chakula (vy), food
chakura (v), scratch the ground; to
　look for something lost in an
　untidy manner
chale (ma), an incision; tribal marks
chali, flat on back
　lala chali, lie flat on back
chama (vy), a club; a society

wanachama, members of the
society

chamba (v), clean or wash after
defacating

chambo (vy), bait
tia chambo katika ndoana, to bait
a hook

chambua (v), remove beans from
their pods; clean vegetables,
grains, cotton; criticize in detail

chamchela (:), a whirlwind

chamshakinywa (:), a breakfast

chana (v), comb hair; rip clothes;
split; split leaves for plaiting

chandalua (vy), a mosquito net (also
chandarua)

-changa, young
mtoto mchanga, a baby
akili changa, an immature brain

changa (v), collect money

-changamfu, cheerful; a stimulating
person

changamasha (v), enliven; freshen

changanya (v), mix

changarawe (:), gravel; pebbles

chango (:), entrails

chango (vy), a peg; a hook in the wall
or closet

changua (v), dismember

chanja (v), vaccinate; make a small
cut

chano (vy), a wooden tray

chanua (v), flower; blossom; open up

chanuo (ma), a big comb (also
shanuo (ma))

chanyata (v), wash lightly

chanzo (vy), a beginning; a small
advance of money to induce work
to start

chapa (:), a brand; a mark

chapa (v), print
piga chapa, to print

chapua (v), speed up
chapua mbio, run fast
chapua miguu, walk fast

chapuchapu! hurry up!

chapukia (v), be well seasoned or
flavoured

charaza (v), move feet and body in a
dance

chatu (:), a python

chaua (v), regurgitate; bring up to the
mouth after one has eaten it

chawa (:), a louse

chaza (:), an oyster

cheche (ma), a spark
macheche ya moto, fire sparks

chechemea (v), limp

cheka (v), laugh; laugh at

chekecha (v), sieve

chekelea (v), be happy about good
tidings

chekesha (v), amuse; cause laughter

cheko (ma), laughter (not common,
see kicheko)

chekwa, in large quantities
samaki leo chekwa, today there is
a pool of fishes

chelea (v), fear; have misgivings
nachelea utajidhuru, I am afraid
you will harm yourself

chelewa (v), be late

chelezo (:), a raft; a buoy

chembe (:), a grain
chembe ya mchele, a grain of rice

chembe, little; only a few

chemchemi (:), a spring of water

chemka (v), bubble up; boil; swing
(of a dance, a party)

chemsha (v), boil

chenga (:), a dodge
piga chenga, to dodge

chengachenga, small bits of grain

chenza (ma), a tangerine

cheo (vy), size; rank

chepe (ma), a coarse ill-bred person

chepechepe, fully wet; drenched
through

cherehani (vy), a sewing machine

-cheshi, amusing; light-hearted;

affable
chetezo (vy), a censer
cheti (vy), a pass; a certificate
cheua (v), eructate; chew the cud
cheza (v), play; body to tremble
chezea (v), play with; mock
chicha (ma), grated coconut
chimba (v), dig
chimbua (v), dig out
chimbuka (v), appear (water, mineral)
-chimvi, bringing bad luck, (humans or animals)
chini (:), on the ground
chini ya, under
chini yako, under you
chinja (v), slaughter
chipuka (v), sprout
chipuza (v), sprout
chocha (v), prod; get drunk (slang)
  ameuchocha, he is very drunk
chochea (v), stir up; provoke trouble or mischief; to quarrel
choka (v), get tired
chokaa (:), lime; whitewash
  paka chokaa, to whitewash
chokoa (v), poke out
choko choko (:), discord; mischief
chokoza (v), provoke; tease
-chokozi, teasing, flirting; annoying
choma (v), stab; burn
chombo (vy), any kind of utensil; a sea-craft
chomeka (v), stick into
chomoa (v), pull out; draw out
chomoza (v), burst forth; appear (sun, moon)
chonga (v), cut to shape
chongea (v), stir up trouble for someone; report against
chongo (:), a one-eyed person; one-eyed
chongoka (v), be straight-lined; be streamlined
chonyota (v), smart (a wound)

choo (vy), cess-pit; lavatory; faeces
chopi, full of liquor; drunk; saturated
chopoa (v), pull out; snatch away
chopoka (v), let slip
chora (v), draw; engrave
chorachora (v), scribble
choroke (:), small peas
chosha (v), cause fatigue; exhaust; wear down
  mtu wa kuchosha, a tiresome person
chota, draw liquid (water); scoop up (v)
-chovu, tiring
chovya (v), dip; immerse
choyo (vi), greed (always in singular)
-choyo, greedy; mean
chozi (ma), a tear drop
  toka machozi, to shed tears
chubua (v), graze the skin
chubuka (v), be grazed
chuchu (:), a teat; a coward (slang)
chuchumia (v), tiptoe
chunguu (ma), an ant-hill
chui (:), a leopard; a tiger
chuja (v), filter; strain
chujio (ki vi), a strainer
chujuka (v), fade
chuki (:), hatred; resentment
chukia (v), hate; dislike
chukiza (v), cause or inspire hatred
chukua (v), take; carry
chukuana (v), agree with (e.g. ideas with a person); agree together (two or more persons)
chukuliana (v), bear with one another
chukuza (v), employ as a porter; bear the burdens of another person
chuma (vy), iron; steel
chuma (v), earn; gather flowers or fruits
chumba (vy), a room
chumo (ma), earnings
chumvi (:), salt

chuna (v), skin
chunga (v), guard; shepherd; sift; tremble with fear
-chungu, bitter
chungu (vy), an earthenware cooking pot
chungu (:), an ant; a heap; a multitude of things or people
chungu ya watu, many people
chungua (v), investigate; scrutinize; probe
chungulia (v), peep at; inspect carefully; consider carefully
-chunguzi, investigative; engaged in research
chungwa (ma), an orange

chuo (vy), a book; a school; the number of times a person is married
nimeolewa chuo cha kwanza, I am married for the first time (a woman)
chuo kikuu (vyuo vikuu), a college; a university
chupa (:), a bottle; a flask
chupa (v), jump down; dive
chura (vy), a frog
churuzika (v), trickle away
chuuza (v), trade
chwa (kuchwa) (v), set in
jua limekuchwa, the sun has set
chwea (v), be overtaken by darkness

D

daawa (:), a lawsuit
dada (:), a sister
dadisi (v), be inquisitive
dafina (:), treasure
daftari (:), an account book; a register; a writing book
dafu (ma), an unripe coconut
dagaa (:), a whitebait
dai (ma), a claim
dai (v), claim
daima, always; eternally
daiwa (v), be indebted to
daka (v), catch
dakika (:), a minute
dakiza (v), interrupt
daktari (ma), a doctor
dalali (ma), an auctioneer; a broker
dalili (:), a sign
damu (:), blood
damu ya mwezi, menstrual period
danganya (v), deceive

-danganyifu, deceitful
danganyika (v), be deceived
danganyo (ma), a deception
danguro (ma), a brothel
daraja (:ma), a bridge; steps; rank
daraka (ma), responsibility (always in plural)
darasa (ma), a class; a classroom
dari (:), a ceiling; a flat-roof
nyumba ya dari, a storeyed house
darubini (:), a telescope; a fieldglass; a microscope
dau (ma), a small sailing boat which does not cross oceans (used for fishing mostly)
dawa (:), medicine
dawa ya mapenzi, love potion
dawa ya viatu, shoe-polish
debe (ma), a four-gallon oil tin
deka (v), be conceited; be spoiled (like a child)

dekeza (v), spoil a child; husband; wife
dema (ma), a fish trap
dengu (:), lentils
deni (:), a debt
  ingia denini, be indebted
dereva (ma), a driver
desturi (:), custom; ways of a people
dhahabu (:), gold
dhahiri, evident
dhaifu, weak
dhalimu (ma), an unjust person; unjust; a tyrant
dhamana (:), surety; bail
dhambi (:), sin
  fanya dhambi, commit a sin
dhamini (v), guarantee
dhamiri (:), the motive
dhana (:), a supposition; a suspicion
dhani (v), think; suppose
dhara (:), harm
dharau (v), despise; look down upon
dharau (:ma), carelessness
dharuba (:), a blow
  piga dharuba, give a blow
dhati (:), sincerity; earnestness
  kwa dhati, sincerely
dhihaka (:), ridicule; teasing
dhihaki (v), ridicule
dhihirika (v), be evident
  imedhirika kwamba, it is evident that
dhihirisha (v), show clearly
dhiki (:), distress
dhikika (v), be hard pressed
dhili (v), humiliate
dhoofika (v), become weak
dhoofisha (v), weaken
dhoruba (:), a storm
  dhoruba inapiga, a storm is blowing
dhulumu (v), treat unjustly
dhurika (v), be harmed
dhuru (v), harm

dia (:), compensation; ransom
  lipa dia, pay compensation
dibaji (:), a preface
didimia (v), sink down; submerge
didimiza (v), force down
dini (:), religion
dira (:), a mariner's compass
diriki (v), be in time to
dirisha (ma), a window
divai (:), wine
diwani (ma), a counsellor
doa, a blotch; a stain; a blot
dobi (ma), a laundryman
-dogo, small
  nyumba ndogo, a small house
  mtoto mdogo, a small child
dokeza (v), hint
dola (:ma), a government; kingdom
dona (v), peck at
dondoa (v), pick up bit by bit; remove chaff from grains
dondoo (ma), anthology; selection
donge (ma), a lump; ball of thread
donge la uzi, a ball of thread
dosari (:), a blemish
dua (:), a prayer; a petition
  omba dua, to pray for
duara (:), a circle; round shaped; circumference
dubu (ma), a bear; a simpleton (slang)
dubwana (ma), a monster
duka (ma), a shop; a store
dukiza (v), eavesdrop
dumaa (v), be stunted; be stupid
dume (ma), a male animal
  ng'ombe dume, an ox
dumisha (v), cause to perpetuate
dumu (v), continue; become eternal
dunduliza (v), save up bit by bit
duni (:), inferior
dunia (:), the world
duwaa (v), be dumbfounded

E

eda (:), a period of mourning (wife)
egemea (v), lean on
eka (:), an acre
-ekundu, red
elea (v), float; be intelligible
eleka (v), carry on one's back or hip
elekea (v), be inclined to; face towards; be probable
-elekevu, quick to perceive; be inclined to
elekeza (v), point something in a certain direction; direct; show the way
elekeza (v), follow a pattern; explain direction
elewa (v), understand
umeelewa?, have you understood?
eleza (v), explain
elezo (ma), explanation (always in plural)
elfu (:), a thousand
elfu mbili, two thousand
elimika (v), be educated
elimisha (v), educate
elimu (:), education
-ema, good
-embamba, thin; narrow; slim
-embe (ma), a mango
enda (*kw*enda) (v), go
nilikwenda, I went
endeka (v), be passable
endekeza (v), spoil (a person, child); give way to desires
endekeza moyo, let the heart have its way
endelea (v), improve; continue; make progress
endeleo (ma), progress; advance (always in plural)
endesha (v), drive
enea (v), be sufficient; enough to go round; spread

eneo (ma), area
eneza (v), spread abroad
enezi (ma), distribution (always in plural)
engua (v), skim off (cream, butter)
-enu, your/yours (plural)
nyumba yenu, your home
mtoto wenu, your child
-enye, having; possessing
mtoto mwenye homa, a child with fever
watu wenye mali, people with wealth
-enyewe, belonging to oneself; one's own
pesa zake mwenyewe, it is his own money
mimi ndiye mwenyewe, I am the owner
enyi! oh, you people!
enzi (:), reign; might; domain
mwenye enzi Mungu, God the Almighty
enzi ya Mfalme George, the reign of King George
epa (v), avoid
-epesi, quick; light in weight; easy; affable; easy to get along with
epua (v), take a saucepan or pot off fire
epuka (v), avoid
nitamwepuka, I shall avoid him
eropleni (:), aeroplane
-etu, our/ours
eua (v), fulfill a vow; repay a debt
-eupe, white
watu weupe, white people
-eusi, black
mtu mweusi, a black person
ewe! you there!
ezeka (v), thatch a roof
ezua (v), take thatch off

F

fa (kufa) (v), die
faa (v), be useful; fit; proper
fadhaa (also fazaa) (:), perplexity
fadhaika (also fazaika) (v), be
  perplexed
fadhaisha (also fazaisha) (v), disquiet;
  trouble the mind and feelings
fadhili (:), a kindness; a favour
fafanisha (v), liken to
fafanua (v), decide; compare
fafanuka (v), become clear
fagia (v), sweep
fagio, brooms, (singular: ufagio)
fagiwa (v), be swept
fahamika (v), be comprehensible
fahamisha (v), explain; inform; make
  understand
-fahamivu, intelligent
fahamu (:), understanding;
  consciousness
fahamu (v), know; understand
fahari (:), glory; show; ostentation
  Bakari anapenda maisha ya fahari,
  Bakari loves a life of ostentation
faharisi (:), table of contents; index
faida (:), profit; use
faidi (v), profit from; enjoy
faini (:), a fine, toa faini, pay a fine
fakiri (ma), a poor person; poor
fali (:), augury for good or bad luck
  piga fali, to augur
fanaka (:), success and prosperity
fanana (v), resemble
fananisha (v), compare
fanikiwa (v), succeed and prosper
fanya (v), do; make
fanya kazi (v), work
fanyia (v), do something for; make
  for or against
fanyika (v), that can be done; can be
  made or worked

fanyiza (v), make; do; work
faradhi (:), an obligation; a duty
faragha (:), privacy; seclusion
faraghani, in private
faraja (:), relief
farakana (v), be estranged
farakano (ma), separation
farasi (:), a horse
fariji (v), give relief; give comfort
  jifariji, to allow oneself a little
  luxury
farijika (v), be comforted; have a
  pleasant life
fariki (v), die; disappear for good;
  leave in a huff after a quarrel
farisi (ma), an expert
fasaha (:), eloquence; elegant speech
fasihi (ma), an eloquent person
fasiki (ma), a debauched person;
  debauched; a fornicator
fasiri (v), translate; interpret
fasiriwa (v), be translated
fataki (:), fireworks; crackers
fatiha (:), the Koran's equivalent of
  the Christian Lord's prayer; the
  first chapter of the Koran
  soma fatiha, recite the fatiha
faulu (v), succeed
fazaa (also fadhaa) (:), perplexity;
  puzzlement
fazaika (also fadhaika) (v), be
  perplexed
fedha (:), money; silver
fedheha (:), shame
fedheheka (v), be put to shame;
  shamed; exposed
fedhehesha (v), cause or lead to the
  disgrace of someone
feli (:), a misdeed; evil cunning
fenesi (ma), a jackfruit
ficha (v), hide

jificha, hide oneself
fichika (v), can be hidden
fidhuli (ma), insolent; an insolent
person
fidi (v), ransom
fidia (:), a ransom
fifia (v), fade
figo (:), a kidney
fika (v), arrive; reach
fikara (:), a thought; meditation
fikia (v), reach; overtake; be a guest
of
fikicha (v), crumble; rub hard; (part
of human anatomy)
fikilia kwa (v), stay with someone on
a journey
fikira (:), a thought; a reflection; an
idea
fikiri (v), think; consider
fikisha (v), convey something to
someone; lead to
filimbi (also firimbi), a whistle
piga firimbi, blow a whistle
filisi (v), bring about a bankruptcy
filisika (v), go bankrupt
fuka (v), kindle fire; bring smoke
fuka moto, kindle a fire
fukara (ma), a destitute person
fukarika (v), become destitute
fukarisha (v), bring about poverty
fukia (v), fill in a hole
fukiza (v), fumigate; inhale smoke
jifukiza, to inhale from
fukua (v), dig out
fukuza (v), chase away; drive away;
dismiss
fukuzana (v), chase one another
fukuzwa (v), be chased; be dismissed
fulana (:), an under shirt
fulani, a certain person or thing
fuliza (also fululiza) (v), continue in
the same direction; keep on doing
fululiza (see fuliza above)
fuma (v), knit; weave
fuma (v), take an aim and shoot

fumania (v), take in the act
fumaniwa (v), be caught in the act
fumba (v), close; mystify
fumba macho, shut eyes
fumba masikio, shut ears
fumbata (v), grasp; chew
fumbo (ma), a dark saying; symbolic
or mystic language
fumbua (v), reveal, open
fumbua macho yako, open your eyes
(literally or figuratively)
kufumba na kufumbua, in the
twinkling of an eye
fumka (v), bleed; spill over
fumua (v), unravel; unpick
funda (v), pound; instruct
funda (ma), a gulp
piga funda la maji, take one big
gulp of water
fundi (ma), a craftsman; a teaching
assistant
fundika (v), be teachable; make a
knot
fundisha (v), teach
fundo (ma), a knot; a grudge
nina fundo nawe, I bear a grudge
against you
funga (v), fasten; shut; fast; send to
prison
funganya (v), pack
fungasha (v), tie together; pack
fungate (:), a honey-moon
fungu (ma), a portion; a heap; a
sandbank; a group
fungua (v), open; unfasten; release
from prison
funguliwa (v), be released from
prison; be opened
funguka (v), come undone
funika (v), cover
funiko (ma), a big lid (saucepan etc.)
funua (v), reveal; uncover
fununu (:), a hint; a rumour
funza (:), a maggot; a jigger
funza (v), instruct

funzo (ma), instruction; teachings (always in plural)

-fupi, short; low

fupisha (v), shorten

fura (v), swell; effervesce

furaha (:), joy; happiness

furahi (v), rejoice; be pleased; be happy

furahisha (v), delight; please; entertain

furika (v), overflow

furiko (ma), a flood (generally in plural)

furushi (ma), a bundle

futa (v), wipe; obliterate; unsheathe a knife or a sword

futika (v), stick into belt or trousers

futua (v), pull out

futwa (v), lose in a gambling game; be obliterated; be wiped out

fuu (ma), the skull; empty shell

fuvu (ma), the skull; empty shell

fuzi (ma), shoulder

fuzu (v), win; succeed

fyata (v), put between legs

fyata ulimi, control the tongue

fyatua (v), let off a gun or a trap

fyatuka (v), go off suddenly

fyeka (v), cut down bush

fyonza (v), suck

G

gamba (ma), bark; scale

ganda (ma), a shell pod

gandama (v), be frozen

gandamiza (v), press; compress

gandua (v), pull away; rescue

ganga (v), mend; heal

gani?, what or which kind of? (always goes with nouns) mtu gani?, which person? nyumba gani?, which house?

ganzi (:), numbness

gao (ma), a handful

gati (:), a dock

gauni (ma), a dress

gawanya (v), divide

gazeti (ma), a newspaper

-geni, strange mtu mgeni, a stranger

gareji (ma), a garage

gereza (ma), a prison

geugeu (often kigeugeu), changeable

geuka (v), turn round

geuza (v), turn something; change e.g. clothes

ghadhabu (:), anger

ghadhibika (v), be angry

ghafula, suddenness kwa ghafula, suddenly; unexpectedly

ghala (ma), storeroom

ghali, scarce; expensive

ghamu (:), despondency

gharaka (:), a calamity; a flood

gharama (:), expense(s)

ghasia (:), disturbance

ghera (:), determination to win; self-respect

ghiliba (:), cunning; trick

ghilibu (v), get the better of

ghoshi (v), adulterate

ghuba (:), a gulf

giza (:), darkness

goboa (v), break off; strip off

godoro (ma), a mattress

gofu (ma), a broken down house;
  ruins
gogo (ma), a log
gogota (v), tap
goigoi, lazy, useless
gololi (:), a marble
goma (v), strike work
gomba (v), scold
gombana (v), quarrel
gombea (v), compete for; fight for
gombo (ma), the leaf of a book
gome (ma), bark; a shell
gonga (v), knock
gongana (v), collide
gubua (v), uncover
gugu (ma), a weed
gugumia (v), gulp down

gugumiza (v), stutter
guguna (v), gnaw
-gumu, hard; difficult
guna (v), grunt; show discontent
gundi (:), adhesive gum
gundua (v), catch unawares; discover
gunduliwa (v), be come upon
  unexpectedly
gunga (v), keep a taboo
gunia (ma), a sack
gunzi (ma), a maize cob
gurudumu (ma), a wheel
gusa (v), touch
guta (v), shout
gutua (v), startle
gutuka (v), be startled
gwaride (ma), a military parade

H

haba, few; very little
habari (:), news
habari za, news about
hadaa (v), cheat
hadaa (:), trickery
hadhari (:), caution
  jihadhari! look out!
hadi, until; up to
hadithi (:), a story
hadithia (v), narrate
hafifu, insignificant; light; weak
hai, alive
haidhuru, it doesn't matter
haifai, it is not right or fair; it is not fit
haini (ma), a traitor
haja (:), need; request
  kwenda haja, to go to toilet (polite
  form)
hajambo, he, she is well
haji (ma), a pilgrim

haki (:), justice; right
-a haki, just; fair-minded
hakika (:), certainty; a fact
  kwa hakika, certainly; as a matter
  of fact
hakikisha (v), ascertain
hakimu (ma), a judge
hakuna, there is not; there are not
halafu, afterwards
halaiki (:), a multitude of people
halali, lawful
halalisha (v), legalize
hali (:), state; condition
  U hali gani?, How're you?
halifu (v), rebel against the law;
  disobey
halisi, genuine; truly
halmashauri (:), a council
halzeti (:), olive oil
hama (v), move away; vacate

hamaki (:), a quick temper
hamaki (v), get angry
hamali (ma), a porter
hamamu, Turkish bath
hamia (v), move to; move into; settle in a new house or place
hamira (:), yeast
hamisha (v), move people or goods
hamu (:), a yearning; anxiety; longing
hangaika (v), be anxious; lose one's cool
hani (v), condole with
hapa, here; this place
hapana, there is or are not (in the place)
hapo, over there; then
hapo kale, once upon a time
hara (v), have diarrhoea
-harabu, destructive; naughty
haraka (:), haste
harakisha (v), hustle; agitate for quick action
haramia (ma), a bandit; a pirate
haramu (:), something prohibited (in religion); a sin
mwanaharamu, a child of sin
harara (;), body heat; hot temper
hari (:), heat
-haribifu, destructive; corrupted
haribu (v), destroy; spoil; pervert
harimisha (v), excommunicate; declare illegal; sinful
harimu (ma), forbidden persons or things (always in plural) forbidden persons to intermarry
hariri (:), silk
harisha (v), to cause diarrhoea; purge
harufu (:), odour; smell
hasa, especially
hasara (:), loss; damage
hasira (:), anger
hasiri (v), cause damage
hata, until; up to
hata kidogo, not at all

hatamu (:), bridle
hatari (:), danger
hati (:), a document
hati ya maombi, application form
hatia (:), a guilt
hatima (:), end
hatimaye, finally
hatirisha (v), endanger; venture out
hatua (:), a step; a pace
hawa (:), a strong desire; passion
Hawa, Eve
hawa nafsi, egotism; giving way to one's passions
haya (:), modesty; bashfulness
hayati (:), life
hayati, deceased
hayati babangu, my late father
hayawani (ma), a beast
hazina (:), treasury; a treasure
hedaya (:), a costly gift; a memento
hedhi (:), a menstrual period
hekaheka (:), shouts of encouragement
hekalu (ma), a temple
hekaya (:), a legend; a story
hekima (:), wisdom
hema (ma), a tent
piga hema, pitch a tent
hema (v), pant for breath
heri (:), happiness; blessings
kwa heri, goodbye
herufi (:), a letter (alphabet)
hesabia (v), consider to be; count for someone
hesabu (:), accounts; arithmetic
hesabu (v), reckon
heshima (:), respect; honour
heshimiwa (v), be honoured
heshimu (v), respect; honour
hewa (:), air
hiari (:), choice; free-will
hidi (v), convert to good ways
hifadhi (v), preserve; take care of; guard
hila (:), craftiness

hima (:), haste; quickness; urgency
 fanya hima, be quick; be diligent
himaya (:), protection
himidi (v), praise
himili (v), bear; support
himiza (v), urge; plead for quick
 action
hini (v), act treacherously
hisa (:), a share; portion
hisani (:), kindness
hitaji (v), need
hitaji (ma), a need
hitilafiana (v), be different; disagree
hitilafu (:), a difference; an
 estrangement
hitimu (v), finish education
hivi, this way; these (Ki vi class)
hivyo, this way; thus; those (Ki vi
 class)
hizi (v), disgrace
hizi, these (N class plural)
hodari (ma), capable; clever
hodi, may I come in (answer: karibu)
hofia (v), be afraid for
hofu (:), fear
hohe hahe, utterly destitute
hoi, in bad state; very drunk
hoja (:), subject under discussion;
 argument
hoji (v), interrogate
hojiana (v), discuss; argue
homa (:), fever
honga (v), bribe; pay toll
hongo (:), a bribe
hori (:), a creek
hotuba (:), a sermon; an address; a
 speech

toa hotuba, make a speech
huba (:), love; romance
hubiri (v), preach
hudhuria (v), attend a meeting
huduhurio (ma), attendance (always
 in plural)
huenda, perhaps; maybe
huisha (v), give life to; revive
hujambo? are you well?
huko, over there
huko nyuma, meanwhile
huku, this way; this place
hukumu (:), judgment
hukumu (v), listen to litigation and
 give judgment
hulka (:), human condition;
 characteristics
huluku (v), create
humo, in there
humu, inside this place
huru, free; free-born (not a slave)
huruma (:), compassion; sympathy
hurumia (v), show mercy to; be
 sympathetic to
husiana (v), be relevant; be related
husika (v), apply to; be concerned
 with
husu (v), concern; be related to
husuda (:), envy
husudu (v), envy
hususa, special; especially
hutubu (v), preach; address a
 meeting
huzuni (:), grief
huzunika (v), be grieved
huzunisha (v), cause sadness

I

iba (v), steal
ibia (v), rob of
ibiwa (v), be robbed of
idhini (:), permission
iga (v), imitate
igiza (v), imitate
ijapo, although
ijara (:), wages
Ijumaa, Friday
ikiwa (in the verb just KI), if
ikulu (:), a palace
ila, except; but
ila (:), a blemish; a drawback
ilani (:), a notice; a proclamation
ili, in order that
imani (:), faith
imba (v), sing
imla (:), dictation
ingia (v), enter
ingiza (v), admit; put in
Inshallah, God willing
inua (v), lift up

inuka (v), get up; be raised
ipi?, which? (with N class singular and M/Mi plural)
isha (v), finish; be finished
ishara (:), a sign; a signal
ishi (v), live
ishilio (ma), stopping point; the end of e.g. a journey
ishirini, twenty
ishiwa na (v), have none left
isipokuwa, unless
ita (v), call
itika (v), answer a call
itikadi (:), a belief; a superstition
itikio (ma), response
itwa (v), be called
    naitwa Johanna, I am called Johanna
iva (v), get ripe; be well-cooked
    nyama imeiva, the meat is well cooked
iwapo, if; should there be; in case

J

ja (kuja), come (v)
jaa (v), be full
jadili (v), cross question
jadiliana (v), debate
jadiliano (ma), a debate
jaha (:), good fortune; success
jaji (ma), a judge
jadala (:), a book cover
jali (v), heed; respect
jamaa (:), family; relatives
jamala (:), courtesy; kindness

jambo (mambo), matter; something
jambo!, a greeting e.g. hello!
jamhuri (:), a republic
jamii, a group; a lot of people
    jamii ya watu, a lot of people
jamii (v), have intercourse with
jana, yesterday
jangwa (ma), desert
jani (ma), a leaf
-janja, cunning
jaribio (ma), an experiment; a trial

jaribu (v), try; test
jasho (ma), sweat; perspiration
  toka jasho (v), to perspire
jasiri (v), venture
jasiri (ma), daring; venturesome
jasisi (v), spy
jasusi (ma), a spy (also jesusi)
jawabu (:ma), an answer
jaza (v), fill
jazi (v), repay kindness
je? -je?, well? how?
  unasemaje?, what are you saying?
jehanum (:), hell
jela (:), prison
jenga (v), build
jengo (ma), a building
jenzi (ma), a building
jeraha (ma), a wound
jeruhi (v), wound
jeshi (ma), an army
jeuri (ma), a haughty person
jeuri (:), haughtiness; arrogance
jia (v), come to
jicho (macho), an eye
jifanya (v), pretend
jigamba (v), brag
jihadhari (v), take care
jihini (v), abstain from; deny oneself
  something
jiko (meko), jikoni, cooking place;
  kitchen
jikwaa (v), stumble
jimbo (ma), a province; a county; a
  state
jina (ma), a name
-jinga, stupid; ignorant
jino (meno), a tooth
jinyima (v), deny oneself
jioni, evening
jipatia (v), acquire for oneself
jirani (:ma), neighbour
jisifu (v), boast
jistahi (v), have self-respect

jitahidi (v), make an effort; be
  diligent
jitanguliza (v), put oneself forward
jitegemea (v), be self-reliant
jitihadi (:), an effort; diligence
jitu (ma), a giant
jiuzulu (v), abdicate
jivuna (v), boast; show too much
  pride
jiwe (mawe), a stone
johari (:), a jewel
joka (ma), a huge snake
jongea (v), move along; come closer
jora (ma), a bale of cloth
joto (ma), heat (always used in
  singular)
jua (ma), the sun
jua (v), know
juana (v), know one another
juha (ma), a simpleton
juhudi (:), zeal
julikana (v), be known
julisha (v), make known; introduce
juma (ma), a week
Jumamosi, Saturday
Jumanne, Tuesday
Jumapili, Sunday
Jumatano, Wednesday
Jumatatu, Monday
jumba (ma), a hall; large house
jumbe (ma), a chief
jumla (:), the total
jumlisha (v), add up
jumuiya (:), a society; an association
juta (v), regret
juto (ma), remorse (always in plural)
juu, up; above
juu ya, over; on
juujuu, superficially
juzi (ma), day before yesterday
juzijuzi, recently
juzu (v), be fitting; behove

K

kaa (v), live; stay; sit
kaa (ma), charcoal; coal; embers
kaa (:), a crab
kaakaa (ma), roof of the mouth
kaanga (v), fry
kaango (:), a frying pan
kabati (ma), a cupboard
kabidhi (v), entrust to
-kabidhi, economical; miserly; dry
kabidhi (:), charge; guardianship
kabila (:), tribe; an ethnic group
kabili (v), face towards; confront
kabiliana (v), confront one another
kabisa, absolutely
kabla (ya), before (time)
kaburi (ma), a grave
kadamnasi, in front of
kadhalika, likewise
kadha, various; such-and-such
kadha wa kadha (kwk), etcetera
  (etc.)
kadhi (ma), a Muslim judge
kadiri (v), approximate
kadiri ya, about
kadiriwa (v), be estimated
kafara (:), a paddle; a sacrifice
kafiri (ma), an infidel; an unbeliever
kaga (v), protect by charms
kago (ma), a protective charm
kagua (v), inspect; audit
kahaba (ma), a flirt; a whore
kahawa, coffee (after grinding)
kaidi (v), contradict; be obstinate
-kaidi, obstinate
kaimu (ma), acting in an office
  mkurugenzi kaimu, acting director
kaka (:), elder brother (now coming
  to mean brother)
kakakaka, in a hurry
-kakamizi, stubborn
kakamua (v), struggle to do
something
kakara, struggling; wrestling
kakawana (v), be strong and smart
kalamka (v), be quick-witted
kalamu (:), pen
kale, old times
  -a kale, old
  -a kikale, old fashioned
kale na kale, for ever and ever in
  antiquity
kalenda (:), calendar
-kali, sharp; fierce; hot (pepper)
kalika (v), be habitable
kama (v), squeeze; milk
kama, as; like; if; whether; that;
  about
kamari (:), gambling
kamasi (:ma), a cold; mucous
kamata (v), seize; catch hold of
kamba (:), rope; lobster; a honey-
  comb
kambi (:), a camp
  piga kambi, encamp; set up a camp
  vunja kambi, to decamp
kambo, step-
  baba wa kambo, stepfather
  mama wa kambo, stepmother
kamia (v), intend to do harm; to have
  a great longing for
kamili, perfect; complete
-kamilifu, perfect; complete
kamilika (v), be completed; be
  perfected
kamilisha (v), complete; perfect
kampuni (:ma), company
kamsa (:), alarm
kamua (v), squeeze out; wring
kamusi (ma), a dictionary
kamwe, never; not at all
kana (v), deny
kana kwamba, as if

kandika (v), plaster
kando, aside
kando ya, by the side of
kanga (:), Swahili women's unsewn dress: two brightly patterned cloths; guineafowl
kanika (v), be deniable
kaniki, a dark cotton material worn by women like 'kanga'
kanisa (ma), a church
kanuni (:), a rule; a principle
kanya (v), forbid; rebuke
kanyaga (v), trample on; tread
kanzu (:), a garment; a frock
   askari kanzu, a detective
kao (ma), a dwelling; a place
kapu (ma), a big basket
kaputula (:), a pair of shorts
karaha (:), disgust
karakana (:), a factory
karama (:), a gracious gift
karamu (:), a feast; a party
karani (ma), a clerk
karata (:), playing-cards
karatasi (:), paper; writing-pad
karibia (v), draw near
karibisha (v), welcome
karibu!, come in!; welcome!
karibu, near; nearly
karibu na (ya), adjacent to
karimu (ma), a generous person; a hospitable person
karimu (ma), generous
kariri (v), repeat; recite
karne (:), a century
karo (:), school fees
kasa (:), a turtle
kasa, less by
kasarobo, less than a quarter
kasha (ma), a box; a chest
kashifa (:), disgrace
kashifu (v), disgrace; expose
kasi (:), force; speed
kasia (ma), an oar
kasidi, intentionally

kasirani (:), anger; sulkiness
kasirika (v), be angry
kasisi (ma), a priest
kaskazi (:), north-wind; the hot season
kaskazini, the north
kasuku (:), a parrot
kaswende (:), syphillis
kata (v), cut; decide
kataa (v), refuse
kataza (v), forbid
katazo (ma), a prohibition
kati, middle; centre
katikati, in the middle
kati ya, between; among
katibu (ma), a secretary
katika, in; out of; off
katili (ma), a cruel person; a murderer
katiza (v), cut short
katua (v), polish
kauka (v), get dry
kauli (:), an expressed opinion; a word; an utterance
kauri (:), a cowrie shell; china
kausha (v), dry
-kavu, dry
kawaida (:), custom; usage
kawia (v), delay; be late
kawilisha (v), detain
kawisha (v), get into arrears
kayamba (:), a rattle
kaza (v), make fast; emphasize; to copulate
kazana (v), make a united effort; be spirited; make love (reciprocal)
kazi (:), work
   fanya kazi (v), work
-ke, female
   anasema kike, he talks like a woman
kefu (:), (kifu), sufficiency
kekee (:), a boring tool
kelele (:ma), uproar; a shouting; noise

kemea (v), rebuke
kenda, nine (old Swahili)
kengele (:), a bell
   piga kengele, to ring a bell
kera (v), irritate; worry
kereketa (v), irritate (used of oils, etc)
kesha (v), stay awake at night; keep watch at night
kesho, tomorrow
kesho kutwa, day after tomorrow
kesi (:), a lawsuit
keti (v), sit down; live; stay
ki, if (in the verb)
   ukisoma, if you study
kiada, as usual
kiaga (vi), a promise
kiangaza (vi), a reward for returning to the owner, something lost
kiangazi (vi), the hot season
kiapo (vi), an oath
kiarabu (vi), the Arabic language
kiasi (vi), amount; moderation
kiatu (vi), a shoe
kiazi (vi), a potato
kibaba (vi), a grain measure
kibali (:), acceptance; approval
kibanda (vi), a shed; a hut
kibandiko (v), anything stuck on
kibanzi (vi), a splinter
kibao (vi), a slate; a shelf; a spin board
kibarua (vi), a casual labourer; a note
kiberiti (vi), a match; sulphur
kibiongo (vi), a hunchback
kibofu (vi), a bladder
kibuhuti (vi), perplexity (never used in plural)
kiburi (vi), pride (never used in plural)
kiburudisho (vi), anything refreshing
kibushuti (vi), a dwarf
kibweta (vi), a small box
kichaa (vi), insanity (not used in plural)

kichala (vi), a bunch of fruit
kichefuchefu (vi), nausea
kicheko (vi), a laugh; laughter
kicho (vi), awe (never used in plural)
kichochoro (vi), an alley; a passage
kichomi (vi), a stabbing pain
kichwa (vi), a head
kidevu (vi), a chin
kidhi (v), grant a request; satisfy
kidimbwi (vi), a pool
kidogo, a little
   kidogo kidodo, gradual; bit by bit
kidokezi (vi), a clue
kidole (vi), a finger; a toe
kidole gumba (vidole gumba), a thumb
kidonda (vi), an ulcer
kidonge (vi), a pill; a small lump
kidudu (vi), a small insect
kielezo (vi), directions; a pattern
kifadure (vi), whooping cough
kifafa (vi), epilepsy; fits
kifani (vi), something similar; a match for
kifaranga (vi), a young chicken
kifo (vi), death
kifu, (same as kefu – see)
kifua (vi), a chest; a chest complaint
kifudifudi, prostrate
   lala kifudifudi, lie on your stomach
kifundo (vi), a knot
kifungo (vi), a button; a fastening
kifungoni (vi), in prison; serving a term in prison
kifuniko (vi), a lid
kifupi, briefly; put in a precise form
kifusi (vi), debris
kigego (vi), an ill-omened child or animal
-a kigeni, unusual; strange
kigeugeu (vi), changeable; an unpredictable person
kigongo (vi), a hump; a small stick
kigosho (vi), a deformed arm
kigugumizi (vi), a stutter

kigwe (vi), braid; cord, etc.

kiherehere (:), anxiety; stress
(seldom used in plural)

kihoro (vi), great shock; anxiety

kiingereza (vi), the English language
(never used in plural)

-a kiingereza, English

kiinimacho (vi), jugglery; magic

kiitikio (vi), a refrain; a response

kijaluba (vi), a small metal or
wooden box for storing valuables

kijana (vi), a youth

kijicho (vi), envy; malice (never used
in plural)

kijidudu (vi), a germ; a microbe

kijiji (vi), a village

kijiko (vi), any spoon (other than a
big kitchen spoon)

kijiti (vi), a small stick; a peg

kijito (vi), a brook

kijivu, grey

kijumba (vi), a small compartment; a
small dwelling; a cell

kikaango (vi), a frying pan

kikaka (vi), a rush, hurry; a small
outer shell; the outer covering of a
wound

kikao (vi), a club; a society

kikapu (vi), a basket

-a kike, female
mtoto wa kike, a girl

kikiki, firmly

kiko (vi), a tobacco pipe; an elbow

kikoa (vi), a secret society

kikodoo (same as kikondoo – see)

kikombe (vi), a cup

kikomo (vi), an end

kikondoo, meekly; doing a thing
without thinking about it;
sheepishly

kikoromeo (vi), the larynx

kikosi (vi), a band; a troop

kikuku (vi), a bracelet; a small
chicken

kikumbo (vi), a shove

kikuza-sauti (vi), a microphone

kila, every; each
kila mtu, each/every person

kilaji (vi), food

kile, that (ki class singular)

kilele (vi), a peak; a tree-top

kilema (vi), a deformity

kilemba (vi), a turban

kileo (vi), an intoxicant

kilima (vi), a hill

kilimi (vi), the uvula

kilimo (vi), agriculture; farming

kilindi (vi), deep water

kilio (vi), a mourning; lamentation

kilo (:), a kilogram

kiluwiluwi (vi), a tadpole; mosquito
larva

kima (:), a monkey; price

kimanda (vi), an omelette

kimbia (v), run

kimbilia (v), run to safety

kimbiza (v), drive away; help to flee
from

kimbunga (vi), a typhoon

kimelea (vi), a parasite

kimetameta (vi), a sparkling light

kimo (vi), height

kimombo (vi), the English language
(slang)

kimu (v), provide for

kimwa (v), be put out; be sulky

kimwondo (vi), a meteor

kimya (vi), silence; silently (always in
singular)

kina, same as akina

kina (vi), depth; rhyme

kinai (v), be satisfied; be surfeited

kinaisha (v), satisfy; nauseate

kinanda (vi), a stringed instrument

kinara (vi), a candlestick

kinaya (:), self-sufficiency

kinena (vi), the clitoris

kinga (v), ward off; guard; protect

kinga (:), an obstruction; defence

kingalingali, on the back

67

kingi, much (Ki class singular only)

kinundu (vi), a knob; a small lump

kinyaa (vi), filth; disgust (not used in plural)

kinyemi (vi), something good (not used in plural)
kipya kinyemi, a new thing is a source of joy

kinyesi (vi), excrement (not used in plural)

kinyevu (vi), humidity (not used in plural)

kinyongo (vi), ill feeling (not used in plural)
kwa kinyongo, unwillingly

kinyozi (vi), a barber

kinyume, on the contrary; backwards

kinywa (vi), a mouth

kinywa (vi), a beverage

kinza (oppose; obstruct

kinzan), oppose; obstruct

kioja (vi) a marvel; something altogether strange

kiolezo (vi), a pattern; a sample

kiongozi (vi), a leader; a guide

kionjo (vi), a taste

kionyo (vi), a hint

kioo (vi), glass; a mirror

kipaji (vi), a natural gift

kipaku (vi), a patch; a speckle

kipande (vi), a piece

kipandio (vi), a step; a rung

kipatanisho (vi), a reconciling gift

kipawa (vi), a natural gift

kipengee (vi), a sidepath; subterfuge

kipenyo (vi), an opening

kipenzi (vi), a darling; a favourite

kipepeo (vi), a butterfly

kipimio (vi), a scale to measure with

kipimo (vi), a measurement

kipindi (vi), a period of time

kipofu (vi), a blind person

kipokeo (vi), a refrain; the chorus

kipunguo (vi), deficiency (not used in plural)

kipunjo, shyly

kipukusa (vi), rhino horn; a beautiful young maid (slang)

kiraka (vi), a patch; spot

kiri (v), acknowledge

kirimu (v), be generous to; play host to

kiroboto (vi), a flea

kisa (vi), a story; a report

kisasa, modern; up-to-date

kisasi (vi), revenge

kisha, then; afterwards

kishawishi (vi), an incentive to do evil

kishenzi, in an uncivilized way or behaviour

kishindo (vi), a shock; turbulence

kisi (vi), a kiss

kisi (v), kiss

kisi, (v), estimate

kisia (v), estimate

kisigino (vi), a heel; an elbow

kisima (vi), a well

kisimi (vi), a clitoris

kisio (ma), estimation

kisirani (vi), a misfortune; a bringer of bad luck

kisiwa (vi), an island

kisogo (vi), back of head
kupa kisogo, turn one's back on

kisonono (vi), gonorrhoea

kisu (vi), a knife

kisura (vi), a pin-up girl

kita (v), stand firm; fix firmly

kitabu (vi), a book

kitalu (vi), a fenced enclosure

kitambaa (vi), a cloth; material

kitambo (vi), a short period

kitana (vi), a comb

kitanda (vi), a bed

kitanga (vi), the palm of hand; pan of scales; plaited mat

kitani (vi), linen; flax

kitanzi (vi), a loop

kitasa (vi), a lock; a small brass or copper plate

kitembe (vi), a lisp (not used in plural)
kitendawili (vi), a riddle
kithiri (v), increase
kiti (vi), a seat; a chair
  mwenye-kiti, chairman
kitisho (vi), a threat
kito (vi), a jewel; a precious stone
kitongoji (vi), a small village; a hamlet
kitovu (vi), a navel
kitoweo (vi), side-dish eaten with main dish, e.g. meat, fish
kitu (vi), an object; a thing
kitubio (vi), a penance
kituko (vi), feeling of fear; alarm
kitumbuizo (vi), a lullaby
kitunguu (vi), an onion
kituo (vi), a resting place; pause; a station
kiu (vi), thirst (not used in plural)
kiumbe (vi), a created thing; human being
kiume, male; masculine
kiunga (vi), suburb
kiungo (vi), a joint
kiuno (vi), the waist
  cheza kiuno (v), wiggle
kiunzi (vi), framework
kivimbe (vi), a swelling
kivivu, lazily
kivuko (vi), a ford
kivuli (vi), a shadow; shade
kivumbi (vi), commotion
-kiwa, solitary; desolate
kiwambo (vi), a screen; anything stretched over a frame
kiwanda (vi), a workshop; a laboratory
kiwango (vi), position in life; corresponding duty
kiwanja (vi), a plot of ground
kiwasho (vi), an irritation; an inflammation (not used in plural)
kiwete (vi), a cripple

kiwi (v), dazzle
kiwiko (vi), a ripple; an elbow
kiyama (vi), the general resurrection
kizazi (vi), a generation
kizibo (vi), a cork; a stopper
kizinda (vi), virginity
kizingiti (vi), the threshold
kizio (vi), a hemisphere
kiziwi (vi), a deaf person
kizuizi (vi), an impediment; detention
kizuizini (vi), in detention
kizuka (vi), an apparition
kizungu (:), a European language; European culture
kizunguzungu (vi), dizziness
ko kote, anywhere; wherever
kochokocho, abundantly
kodi (:), a tax; a rent
kodi (v), rent; let
kodisha (v), rent; let
kodolea macho (v), stare; glare at
kofi (ma), open hand
  piga kofi, to slap
  piga makofi, to clap; to slap repeatedly
kofia (:), a hat; a cap
koga (:), mould; blight
koga (v), show off; have a bath
kohoa (v), cough
kojoa (v), urinate
kokota (v), drag along
kokwa (:), stone of fruit; a nut (fruit)
kolea (v), be well-seasoned (food)
koleza (v), season food
koma (v), come to an end
komaa (v), be full-grown; ripe
komamanga (ma), a pomegranate
komba (:), a bush-baby
komba (v), hollow out
kombe (ma), a large dish; anything bowl-shaped
kombeo (ma), a sling for throwing stones
kombo (ma), scraps of food;

malformation
komboa (v), redeem
komea (v), bolt; bar a door
komeo (ma), a bolt or a bar
komesha (v), bring to a stop
komoa (v), bring down; unbar
komolewa (v), be unbarred
konda (v), get thin; be slim
konde (ma), a fist; a field
pigana makonde, fight with fists
kondesha (v), slim
kujikondesha (v), make an effort
to slim
kondoo (:), a sheep
konga (v), grow old
kongoa (v), extract nails
kongoja (v), walk feebly
jikongojea, walk with a stick
kongoka (v), come apart
kongomea (v), put together; nail up
-kongwe, old; worn out
konokono (;), a snail
konyeza (v), give covert sign; wink;
make a pass
konzi (:), a fist
koo (ma), a throat; a breeding
animal; a woman with lots of sex
appeal (slang)
kopa (ma), eyelids and lashes
kopa (v), borrow money
kope (ma), a loan
kopesha (v), lend money
kopo (ma), a tin; can
korija (:), a score
-korofi, evil-minded
koroga (v), stir; cause mischief
koroma (v), snore; grunt
koroma (ma), a not fully developed
coconut
korongo (ma), a heron
korosho (:), a cashew nut
korti (ma), a lawcourt
kosa (ma), a fault; mistake
kosa (v), fail; err
kosana (v), disagree

kosea (v), make a mistake; miss
kosekana (v), be missing; not
available
kosesha (v), lead astray
kotekote, everywhere
koti (ma), a coat
kovu (:), a scar
kua (v), grow
kuba (:), vaulted roof; dome as of a
mosque
kubali (v), agree to
kubalika (v), be acceptable
-kubwa, large; great
kucha (v), sunrise
kutwa kucha, day and night
kuchwa (v), sunset
kufuli (:), a padlock
kule, there
kuliko, more than; less than
kuma (:), vagina
kumbana (v), jostle
kumbatia (v), embrace
kumbe! behold!; contrary to
expectations
kumbuka (v), remember
kumbuko (ma), memory; memories
kumbukumbu (:), a souvenir;
rejoicings; minutes of a meeting
kumbusha (v), remind
kumbusho (ma), a reminder
kumi, ten
kuna (v), scratch; grate
kuna, there is; there are
kundaa (v), be stunted
kunde (:), small beans
kundi (ma), a flock; a group
kunga (:), confidential teachings
kungumanga (:), a nutmeg
kunguni (:), a bug
kunguru (ma), a crow
kungwi (ma), instructor at initiation
rites or marriage (female)
kuni (:), firewood
kunja (v), fold
kunjamana (v), be wrinkled; creased

kunjua (v), unfold; smooth out
kunradhi, excuse me
kupua (v), shake off; throw off
kupua mbio (v), run
kupuka (v), rush off
kura (ma), a lot
  piga kura, cast lots; vote
kusanya (v), collect
kusanyika (v), assemble
kusanyiko (ma), an assembly
kushoto, the left side
kusini, the south
kusudi (:), intention
  kwa kusudi, intentionally
kusudia (v), intend
kuta (v), come upon
kutana (v), meet
kutu (:), rust; tarnish
  fanya kutu (v), rust
kutwa, all day
kutwa kucha, day and night
-kuu, great; chief
-kuukuu, worn-out; old (of things)
kuume, the right side
kuwa, to be
kuwapo, to be present; exist
kuweko, to be present; exist
kuwili, two-sided
kuza (v), enlarge; exalt
kuzimu, place of the dead (treated as mahali class)

kwa, to; by; with; for
kwa heri, goodbye
kwa hiyo, therefore
kwa kuwa, because
kwa nini?, why?
kwa sababu, because
kwa sababu gani?, why?
kwaa (v), stumble; trip over
kwajuka (v), fade; get spoiled
kwama (v), get jammed
kwamba, that (a conjunction between two sentences)
kwamba (v), backbite
kwangua (v), scrape
kwani, because
kwanza, first; at first
kwapa (ma), an armpit
Kwaresima, Lent
kwaruza (v), grate; graze
-kwasi, wealthy; bounteous
kwata (;), drill; parade
kwatua (v), clean; polish
kwatuka (v), be clean and tidy
kwaza (v), cause to stumble
kwazo (ma), a stumbling block
kwea (v), go up a tree
kweli (:), the truth
-kweli, true; dependable
kwenye, towards; to; place having
kwepua (v), snatch
-kwezi, climbing a tree
kwikwi (:), hiccups; uncontrollable (of cry or laughter)

L

la, no; not so
la (kula) (v), eat
laana (:), a curse
laani (v), curse

labda, perhaps
ladha (:), flavour; taste
laghai (ma), a dishonest person
laghai (v), cheat

laiki (:), what is fitting; befitting
laini, smooth; soft
lainika (v), be softened
lainisha (v), make smooth; soften
laiti, if only
laki (v), go to meet; offer a welcome
laki (:), one hundred thousand
lakini, but; however
lala (v), sleep; lie down
lalamika (v), cry for mercy; grumble; complain
lalamiko (ma), an appeal for mercy; a complaint
lalia (v), lie or sleep on
lamba (v), lick (also ramba)
lami (:), tar
lango (ma), a gate; a portal
laumu (v), blame
lawama (:), reproach; blame
laza (v), lay down; put to sleep
lazima (:), necessity; obligation
lazimika (v), be obliged to
lazimu (v), be obligatory; must
lazwa (v), be laid down
lea (v), bring up a child; raise a child
legalega (v), be loose; be rickety
legea (v), be slack; loose
legeza (v), loosen
lemaa (v), de disfigured; maimed
lemaza (v), cripple; maim
lemea (v), burden; lean on
lemeza (v), oppress; burden
lenga (v), oppress; burden
lenga (v), aim; to slice
lengelenge (ma), a blister
lengo (ma), an aim; a target
leo, today
leo usiku, tonight
lepe (ma), drowsiness
leso (:), a handkerchief; a scarf

leta (v), bring; fetch
lete (v), bring (only in command)
letewa (v), be brought to
letwa (v), be brought
levuka (v), get sober; mature
levya (v), intoxicate
lewa (v), get drunk
lia (v), utter a sound; cry
licha, not only
lika (v), be eatable; be edible
likiza (v), give leave; send away
likizo (ma), a vacation; a leave
lilia (v), weep for
limau (ma), a lemon
linda (v), guard
linga (v), put together for comparison
lingana (v), match
linganisha (v), compare and rectify
linganya (v), harmonize
lini?, when?
lipa (v), pay
lipiza (v), exact payment; revenge
lipizo (ma), a forced payment; a revenge
lipo (ma), a payment; a recompense
lipuka (v), flare up; explode
lisha (v), feed; graze
liwa (v), be eaten
liwaza (v), console
liwazo (ma), consolation
loga (v), bewitch (also roga)
logoa (v), remove a spell
londea (v), hang around hoping for something (also rondea)
lowa (v), put to soak; get wet
lozi (:), an almond
lugha (:), a language
lulu (:), a pearl
lungula (v), extort money

M

maadamu, while; as; so long as
maadili (ap), honourable conduct
maafa (ap), disaster
maafikano (ap), an agreement
maagano (ap), understanding;
agreement
maagizo (ap), commands; directions
maaguzi (ap), predictions
maakuli (ap), diet; collection of food
dishes
maalum, special
maamkio (ap), greetings
maamkizi (ap), greetings
maana (ap), the meaning; the
reaction; because
maandalio (ap), preparations
maandamano (ap), procession
maandiko (ap), writings
maandishi (ap), writings
maangalizi (ap), watchfulness
maanguko (ap), a fall
maanisha (v), denote
maarifa (ap), knowledge; experience
maarufu, well known
maawio ya jua (ap), sunrise
mabishano (ap), contention
mabomoko (ap), ruins
machachari (ap), uneasiness; not a
cool and collected person
machafuko (ap), disorder(s)
machela (ap), hammock
machweo (ap), sunrise
machunga (ap), pasture
madaha (ap), gracefulness
-enye madaha, attractive
madai, claims (singular dai)
madaraka (ap), responsibility
madhabahu (ap), altar
madhali, while; seeing that; since
madhara, harm (singular dhara)

madhehebu (ap), customs; sect; a
religious denomination
madhubuti, reliable
madhumuni (ap), intention
madini (ap), metal
madoadoa (ap), mottling; spots
maelekeo (ap), inclination
maendeleo (ap), progress
maenezi (ap), distribution
mafaa (:), a person one relies on in
difficulties; usefulness
mafua (ap), a cold
homa ya mafua, a flu
mafuatano (ap), a following; going
together in a procession
mafundisho (ap), teachings
mafunzo (ap), teachings
mafuriko (ap), overflow; flood
mafuta (ap), oil; fat
mafya, fire stones (singular jifya)
magadi (ap), soda
magazini (ap), warehouse
mageuzi (ap), fluctuations
magendo (ap), an illegal business
magharibi (:), the west; sunset
magugu, weeds (singular gugu)
mahabusi (:), a prisoner
mahali, a place
mahali pote, everywhere (a unique
word, a noun class by itself – see
chart)
mahame (ap), a deserted place
maharagwe (ap), beans
mahari (ap), marriage payment;
bridal price
maharimu (:), close relations
(forbidden marriage)
mahindi (ap), maize
mahiri, skilful; very clever
mahususi, special

maili (:), a mile
maisha (ap), life
maishilio (ap), the journey's end
maiti (:), human corpse
maizi (v), know; discern
majadiliano (ap), a debate
majani, grass; leaves (singular jani)
maji (ap), water
majio (ap), coming; a visit
majira (ap), season; ship's course
majisifu (ap), boasting(s)
majonzi (ap), grief
majusi (:), an infidel
majuto (ap), remorse
majuzi (ap), not long ago; recently
makaa, coal; embers (singular kaa)
makaburini (ap), a cemetery
makala (ap), a written article
makali (ap), the sharp edge of a knife
makamasi, a cold (also kamasi)
makamu (:), deputy; Vice-
makao (ap), residence; centre;
  headquarters
makaribisho (ap), welcoming
makatazo (ap), embargo; prohibition
makazi (ap), residence
makinda, young birds (singular
  kinda)
makini (ap), serenity, calmness
makopa, dried cassava (singular
  kopa)
makasai (:), castrated animal
maktaba (:), library
makufuru (ap), blasphemy
makuruhi (ap), offensive behaviour
makusudi, on purpose; intentional
  (singular kusudi)
makutano (ap), the appointed place
  of meeting
makuu (ap), high living; self-
  importance
malaika (:), angel (treated as M Wa
  class)
malaika (ap), soft down
malaji (ap), diet

malalo (ap), sleeping accommodation
malango (ap), initiation teachings
malaya (:), a prostitute
malazi (ap), sleeping accommodation
malezi (ap), upbringing
malhamu (ap), an ointment
mali, wealth; property (treated as N
  or Ma class)
malidadi, well dressed; smart (also
  maridadi)
malimbuko (ap), first fruits
malimwengu (ap), worldly affairs;
  that is the way of the world
malipo (ap), recompense; payment
malisho (ap), a pasture
malkia (:), a queen
maliza (v), finish
mama (:ma), mother
  mama mdogo, maternal aunt
  (younger than one's mother)
  mama mkubwa, maternal aunt
  (older than one's mother)
mamba (:), a crocodile
mamlaka (ap), authority
mandari (:), a picnic
mandhari (ap), scene; view
manjano (ap), turmeric; yellow
manowari (:), battleship
manufaa (ap), usefulness; useful
  things
manukato (ap), perfume
manyunyu, showers of rain or bath
manzili (ap), state of life; residence
maongezi (ap), conversation
maongozi (ap), guidance
maoni (ap), opinion; feeling
maono (ap), feelings
mapambazuko (ap), dawn;
  awakening
mapangilio (ap), rotation (crops)
mapatano (ap), an agreement
mapatilizo (ap), a retribution
mapema, early
mapenzi (ap), love; affection
mapigano, fighting (singular pigano-

seldom used)
mapokeo (ap), tradition(s)
maponea (ap), in times of scarcity, the food that keeps one alive
mara (:), a time; at once
maru tatu, three times
maradhi (ap), sickness
maradufu, double
marahaba, blessings, in answer to the greeting, 'shikamuu'
marashi (ap), perfume; rose-water
marehemu (:), the departed
marejeo (ap), return
maridhawa, plentiful
marika, contemporary in age or in initiation
marmari (ap), marble
marufuku, be forbidden
masalio (ap), left-overs
masazo (ap), left-overs
mashairi, poems; poetry (singular shairi)
mashaka (ap), troubles; distress
mashapo (ap), dregs; residue
mashariki (:), the east
mashindano (ap), contest; match
mashine (:), machine
mashua (:), a boat; a schooner
mashudu (a:), dregs; residue
mashuhuri, renowned
masihara (ap), a jest
mtu wa masihara, a jester
masika (ap), the rainy season
masikilizano (ap), agreement(s)
masilaha (ap), reconciliation; in one's interest; an advantage
masimulizi (ap), recounting a story or news
masingizio (ap), slander
Masiya, Messiah
masizi (ap), soot
maskani (ap), dwelling place
maskini, poor; miserable
maskini (:), a poor person or people
masurufu (ap), housekeeping

expenses
masuto (ap), open accusations
matakwa (ap), wants; demands
matamko (ap), pronunciation; accent
matamshi (ap), pronunciation; accent
matamvua (ap), fringe
matandiko (ap), furnishing; bedding
matanga, days of mourning (also tanga in singular)
matangazo, proclamation, advertisment (singular tangazo)
matata (ap), trouble
mate (ap), saliva
mateka (:), captives (e.g. in war)
matembezi (ap), a stroll; a trip; a visit
matengenezo (ap), arrangements
mateso (ap), sufferings
matilaba (ap), motive; wish or wishes
matokeo (ap), sequel; result; outcome
matope (ap), mud
matubwitubwi (ap), mumps
matumaini (ap), hope
matumbo (ap), entrails
mauguzi (ap), medical treatment
maujudi, existing
Maulana (:), Lord
maulizo (ap), interrogation
maumbile (ap), created statue; how one is built
maumivu (ap), pain or pains
maungo (ap), the back
mauti (ap), death
mavi (ap), excrement
mawaidha (ap), good advice
mawese (ap), palm-oil
mawindo (ap), a hunting trip; prey for hunting
mazao (ap), crops; produce (singular zao seldom used)
mazigazi (ap), optical illusion; mirage
maziko (ap), a funeral
mazingaombo, magic; jugglery (singular zingaombo)
mazingira (ap), environment

mazingira (ap), blockade
mazishi (ap), a funeral
maziwa (ap), milk; lakes; breasts
mazoea (ap), habit or habits
mazungumzo (ap), conversation
mbaazi (:), pigeon-peas
mbalamwezi (:), moonlight
mbali, far
mbalimbali, different
mbali na/ya, far from
mbamia (mi), okra
mbandiko (mi), anything stuck on
mbano (mi), pincers; vice; etc
mbao, planks; timber (singular ubao)
mbashiri (wa), a soothsayer; a person
  who foretells the future
mbata (:), copra
mbegu (:), seeds
mbele, in front; before; ahead of time
mbele ya, in front of; before
mbeleko (:), a child's carrying cloth
mbeleni (mahali class), times to
  come; days ahead
mbembe (wa), a smooth tongued
  man; a seducer
mbezi (wa), a scornful person
mbigili (mi), a thornbush
mbili, two in counting
mbili, two (N and U classes)
  nyumba mbili, two houses
mbilikimo (wa), a pygmy
mbingu (:), the sky
mbinguni, heaven
mbini (wa), a forger
mbinja (:), a whistle
  piga mbinja, whistle
mbio (:), running
  piga mbio, run
mbishi (wa), an argumentative
  person
mbiu (:), a proclamation
mbizi (:), a dive
  piga mbizi, dive
mboga (:), vegetables
mbogo (:), a buffalo

mbolea (:), manure
mbona?, why?
mboo (:), a penis
mbu (:), a mosquito
mbuga (:), low-lying grassy plain
mbugi (:), small bells
mbunge (wa), a member of
  Parliament; a law-maker
mbung'o (:), a tsetse fly
mbuni (:), an ostrich
mbuni (mi), a coffee bush
mbuyu (mi), a baobab tree
mbuzi (:), a goat
mbwa (:), a dog
mcha Mungu, (mchaji Mungu) (wa),
  a God-fearing person
mchaguzi (wa), an elector; a
  fastidious person
mchai (mi), tea bush; lemon grass
mchakacho (mi), a rustling
mchana (mi), daytime
  mchana kutwa, all day long
mchanga (mi), sand
mchanganyiko (mi), a mixture
mchango (mi), a worm; a collection
mchawi (wa), a sorcerer
mche (mi), a seedling
mchele (mi), husked rice
mcheshi (wa), an entertaining person
mchenza (mi), tangerine tree
mcheza (wa), a player
mcheza ngoma (wa), a dancer
mchezaji (wa), a player
mchezo (mi), a game; sport
mchi (mi), a pestle
mchicha (mi), spinach
mchirizi (mi), a gutter
mchokoo (mi), a pointed stick
mchokozi (wa), a teaser; a flirt
mchongelezi (wa), a tale bearer
mchoro (mi), engraving; scribble
mchukuzi (wa), a porter
mchumba (wa), fiancé, fiancée
mchungaji (wa), shepherd; herdsman
mchunguzi (wa), inquiring person

mchungwa (mi), an orange tree
mchuuzi (wa), a trader
mchuzi (mi), gravy; sauce; curry
mchwa (:), termites
mdai (wa), claimant
mdaiwa (wa), defendant; debtor
mdakizi (wa), an eavesdropper
mdalasini (mi), cinnamon
mdeni (wa), a debtor
mdhamini (wa), a sponsor;
  guarantor; co-signer
mdomo (mi), lip; beak; mouth
mdudu (wa), insect
mdukizi (wa), an eavesdropper
mdukuo (mi), a poke; nudge
mdundo (mi), a drumming; a beat; a
  rhythm
mea (v), grow; (plants)
mega (v), break a piece off
meka (v), grow
meli (:), a ship
mema, good deeds (singular wema)
memeta (v), sparkle; glow
memeteka (v), sparkle; glow
mende (:), cockroach
menya (v), peel; shell
meremeta (v), glow; sparkle
methali, a proverb; similitude
meza (:), a table
meza (v), swallow
mfadhili (wa), a benefactor
mfalme (wa), a king
mfano (mi), an example; a parable
mfanya (wa), a doer; a maker
mfanyakazi (wa), a worker
mfanyikazi (wa), a worker
mfasiri (wa), a translator; an
  interpreter
mfenesi (mi), a jack-fruit tree
mfereji (mi), a ditch; a thin water
  pipe; a water tap; a faucet
mfidhuli (wa), an insolent person
mfiko (mi), range; reach
mfinyanzi (wa), a potter
mfitini (wa), a mischief-maker

mfo (mi), a torrent
mforsadi (mi), a mulberry tree
mfu (wa), a dead person (generally
  drowned)
mfuasi (wa), a follower
mfugo (mi), livestock; raising cattle;
  poultry
mfuko (mi), a bag; a pocket
mfulizo (mi), a series
mfululizo (mi), a series
mfumbi (mi), a water channel
mfumi (mi), a weaver
mfungwa (wa), a prisoner; loser at
  cards or games
mfuo (mi), a furrow
mfupa (mi), a bone
mfuto (mi), an annulment; plain; not
  decorated or impressive
mganga (wa), a native doctor
mgawo (mi), a dividing; a distribution
mgema (wa), a tapper for palmwine
mgeni (wa), a stranger; guest
mghalaba (:), commercial
  competition; deceitfulness
mgogoro (mi), a real tussle; a tug of
  war (figuratively)
mgomba (mi), a banana plant
mgomo (mi), a strike (workers)
mgomvi (wa), a quarrelsome person
mgongano (mi), a collision; knocking
  together
mgongo (mi), the back
mgonjwa (wa), a sick person
mgono (mi), a fish trap
mgoto (mi), a tapping; a beating
mguu (mi), a leg; a foot
Mhabeshi (wa), an Ethiopian
mhamaji (wa), an emigrant
mhamiaji (wa), an immigrant
mharabu (wa), a vandal; a naughty
  person
Mheshimiwa (wa), the honourable
  (as with a member of parliament)
mhimili (mi), a support
Mhindi (wa), an Indian

Mhindi Mwekundu (Wahindi Wekundu), a Red Indian

mhisani (wa), a kind person; a benefactor

mhitaji (wa), a person in need

mhudumu (wa), a minister; a servant

mhuni (wa), a vagrant

mhunzi (wa), a blacksmith

mia (:), a hundred

miayo, yawning (singular mwayo) kupiga miayo, to yawn; also kwenda miayo, to yawn

mihindi, maize plants (singular muhindi)

mila (:), traditional customs

milele (:), eternity; forever

miliki (v), rule over; possess

milikiwa (v), be ruled; to be the possession or property of

milioni (:), million

milki (:), dominion; possession; property

mimba (:), pregnancy tia mimba, to put in the family way tiwa mimba, be made pregnant

mimbari (:), pulpit

mimi, I; me

mimi mwenyewe, I myself

mimina (v), pour out

miminika (v), be poured out; overflow

minajili, because of

minghairi, without; except

mintarafu, concerning; on behalf

minya (v), squeeze out

miongoni mwa, among

Misri, Egypt

mithali (:), a proverb; similitude; example

mithilisha (v), compare; assume

miunzi, whistling (singular mwunzi)

mivuo (ap), bellows

miwani (:), spectacles

mizani (:), scales for weighing

mjakazi (wa), a female slave

mjane (wa), widow; widower; a bachelor; a spinster

mjanja (wa), a cunning person

mjasiri (wa), a venturesome person

mjasusi (wa), a spy

mjeledi (mi), a whip

mjengaji (wa), a builder

mjeuri (wa), an arrogant man

mji (mi), town; village

mjinga (wa), foolish; ignorant person

mjomba (wa), uncle on the maternal side

mjukuu (wa), grandchild

mjumbe (wa), delegate

mjusi (mi), a lizard

mjuzi (wa), an experienced; or knowledgeable person

mjuvi (wa), an impudent person

mkaaji (wa), a resident

mkagua (mi), an inspector; auditor

mkahawa (mi), a cafe

mkaidi (wa), an obstinate person

mkale (wa), an ancestor; an ancient person; a person living in the past

mkandaa (mi), a mangrove

mkarafuu (mi), a clove tree

mkasa, a strange happening

mkasi (mi), scissors

mkataa (wa), a person who refuses to do something

mkataba (mi), a contract; agreement

mkate (mi), bread; loaf

mkato (mi), a cut; the cut of a dress; the shape

mkazi (wa), a resident

mkazo (mi), force; emphasis

mke (wa), wife

mkebe (mi), a tin; a can

mkeka (mi), plaited mat

mkesha (wa), a person who keeps a vigil

mkia (mi), tail

mkimbizi (wa), a runaway; a truant

mkinzani (wa), an obstructionist; person in opposition

mkiwa (wa), a lonely friendless person
mkoa (mi), province; region
mkoba (mi), wallet; a bag
mkogo (mi), showing off
mkojo (mi), urine
mkoko (mi), mangrove
mkoma (wa), leper
mkoma (mi), dumb-palm tree
mkomamanga (mi), pomegranate tree
mkondo (mi), current
mkonga (mi), elephant's trunk
mkonge (mi), sisal plant
mkongwe (wa), very old person
mkono (mi), arm; hand
mkoo (wa), a slattern; a hooligan
mkorofi (wa), a villain; bringer of bad luck
mkorokoroni (mi), a jail; a lockup
mkorosho (mi), cashew nut tree
mkosaji (wa), a sinner; one faulted
Mkristo (wa), a Christian
mkubwa (wa), a superior; an elder brother; sister
mkufu (mi), a chain (worn around the neck)
mkuki (mi), a spear
mkuku (mi), keel of a ship
mkulima (wa), grower of crops
mkundu (mi), anus
mkunga (wa), a midwife
mkunjo (mi), a fold; crease
mkurugenzi (wa), a director; chancellor of University
mkutano (mi), a meeting
mkuu (wa), chief person
mkwaju (mi), tamarind tree
mkwaruzo (mi), a scraping; trail of a snake
mkwe (wa), an in-law
mlafi (wa), glutton
mlango (mi), door; gate
mle, in there
mlegevu (wa), a slack person

mlevi (wa), a drunkard
mlezi (wa), a wet nurse
mlia (mi), coloured stripe; one section of a house (Lamu)
mlima (mi), mountain
mlimaji (wa), a cultivator
mlimau (mi), lemon tree
mlimwengu (wa), inhabitant of the earth; a sophisticated person
mlingoti (mi), a mast; pole
mlinzi (wa), a guard; a guardian
mlio (mi), a cry; a sound
mlozi (wa), a sorcerer
mlungula (mi), a bribe (also mrungura)
mnafiki (wa), hypocrite
mnajimu (wa), an astrologer
mnamo, about
mng'aro (mi), brightness
mngoja (wa), guard, a person who is waiting
mnuko (mi), a bad smell
mnyama (wa), an animal; a beast
mnyang'anyi (wa), a robber; a knave
moja, one
-moja, one
    mtu mmoja, one person
mmojawapo, one of the people
moshi (mi), smoke
mosi, one
    mwezi mosi, first day of the month
moto (mi), fire, heat
moyo (mi), heart
mpaka (mi), boundary; border
mpaka, until
mpango (mi), a plan; arrangement
mpayukaji (wa), a gossiper
mpelelezi (wa), a spy; an inquisitive person
mpendwa (wa), a loved one
mpenzi (wa), a lover; a loved one
mpishi (wa), a cook
mpumbavu (wa), a fool
mpwa (wa), nephew; niece
msaada (mi), help

msahala (mi), a laxative; a purgative
msahaulivu (wa), forgetful person; an absent-minded person
msala (mi), a prayer mat; a closet
msamaha (mi), forgiveness
mshindaji (wa), winner
mshinde (wa), loser
mshindo (mi), noise; a din
mshipi (mi), belt; a fishing line
mshono (mi), sewing; a stitch
mshtuko (mi), a jerk; a shock
mshumaa (mi), candle
msiba (mi), misfortune
msichana (wa), a young girl
msisimko (mi), excited feeling
msitu (mi), a forest
msomaji (wa), a reader
msukosuko (mi), a disturbance; turmoil; vicissitudes of life
msumari (mi), a nail
msumeno (mi), a saw
mswaki (mi), a toothbrush
mtaa (mi), a block of houses; an area where people live
mtaalamu (wa), scholar; an educated person
mtafiti (wa), an inquisitive person; a research student
mtambatamba (wa), a braggart
mtangulizi (wa), leader; a person with the right of precedence
mtawala (wa), a ruler; administrator
mtepetevu (wa), a lazy person
mteremo (mi), cheerfulness; excited feeling
mtetemeko (mu), earthquake; trembling
mtihani (mi), examination
mtindi (mi), buttermilk; liquor
mtoto (wa), child
mtribu (wa), a musician
mtu (wa), a person
mtulivu (wa), a silent person; cool and collected
mtumwa (wa), a slave

mtungo (mi), an essay; a composition
muhimu, important
muhtasari (mi), a summary
mume (waume), husband
mumunya (v), suck; munch
mvinyo (:), liquor
mvirongo (mi), a circle
mvua (:), rain
mvulana (wa), boy
mvuto (mi), persuasion; attraction
mwaka (mi), a year
    mwaka jana, last year
    mwakani, next year
mwako (mi), a blaze
mwako (mi), a thirst; a longing
mwali (w), a virgin bride (also mwari)
mwali (miyali), a flame
mwalimu (w), a teacher
mwamba (mi), a rock under the sea
mwamuzi (w), a judge; arbitrator; referee
mwana (w), a child
mwanadamu (w), a human-being
mwanamaji (w), a sailor
mwanamke (w), a woman
mwanamume (wanaume), a man
mwanamwali (wanawali), a maiden
mwanasheria (w), a lawyer; a law-maker
mwandikaji (w), a writer
mwandiko (mi), writing
mwandishi (w), a writer
mwanga (mi), a light; a ray of light
mwanga (w), a male and female witch
mwanzo (mi), the beginning
mwanzoni (mi), at first
mwavuli (mi), an umbrella
mwendo (mi), behaviour; conduct; distance; journey
mwewe (:), a kite (a bird of prey)
mwezi (m), moon; month
mwigaji (wa), actor; imitator
mwigo (mi), copying; imitation
mwiko (mi), a kitchen spoon
mwiko (mi), taboo

mwili (mi), body
mwimbaji (wa), a singer
mwingine (wengine), another
mwisho (mi), the end
 mwishoni, in the end
mwivi (wevi), a thief
mwizi (wezi), a thief
mwoga (wa), a coward
mwongo (wa), a liar
mwovu (wa), an evil person
mwuaji (wa), murderer
mwujiza (mi), a miracle
mwungwana (wa), a gentleman

mwuzaji (wa), a salesman
mzaha (mi), a joke
mzazi (wa), a parent; a heavy breeder
mzee (wa), an old person; a term of
 endearment like 'old chap' in
 English
mzima (wa), a person in good health
mzoga (mi), a dead animal
mzungu (mi), something wonderful;
 a way of doing things (e.g. love-
 making, speech-making)
mzungu (wa), a European

N

na, and; be with
 nina, I am with (I have)
 sina, I am without (I have not)
 mtu na mwanawe, a person and
 his/her child
naam, yes
nabii (ma), a prophet
nadhari (:), vision, choice
nadhifisha (v), clean up; tidy up
nadhifu, clean; tidy
nadhiri (:), a vow
 weka nadhiri, make a vow
 ondoa nadhiri, fulfil a vow
nadi (v), hold a sale; announce
nadra, rare; hardly
nafaka (:), corn; grains
nafasi (:), sparetime; space;
 opportunity; chance
nafisika (v), get relief; be eased; to be
 comfortable
nafsi, the self; person
 binafsi, personally
nafuu (:), relief; improvement
 pata nafuu or ona nafuu, find relief

nahodha (ma), a ship's captain; a
 skipper
naibu (ma), deputy
najisi (:), filth; impurity
najisi (v), defile
nakala (:), a copy
nakama (:), hard times; a calamity
nakili (v), copy; record
nakshi (:), carving; decoration
namba (:), a number
nambari (:), a number
nami, with me; short for na mimi
namna (:), sort; pattern; kind; way;
 manner
 namna hii, in this manner; like this
namua (v), disengage
nanasi (ma), a pineapple
nane (:), eight (in counting)
-nane, eight
 watu wanane, eight people
 viti vinane, eight chairs
nanga (:), anchor
 tia nanga, weigh anchor
 pandisha nanga, haul anchor

nani? who?
  nani amefika? who has arrived?
nasa (v), trap; snare
nasibu (v), trace lineage
  jinasibu, be vain about one's
  family
nasaha (:), advice; a plea
nasibu (:), chance
  bahati nasibu, taking chances;
  chancy games
  mchezo wa bahati nasibu, a chancy
  game
nasihi (v), advise; plead with
nasua (v), remove from a trap
nata (v), be sticky; be adhesive
nauli (:), a fare
nawa (v), wash hands or face
nazi (:), a coconut
ncha (:), a tip; point
nchi (:), a country
ndama (:), a calf
ndani (:), inside
ndani ya, inside of
ndege (:), a bird; an aeroplane
ndevu (:), a beard
  fuga ndevu, grow a beard
ndimi, it is I (emphatic, used only in
  poetry); plural of 'ulimi', a tongue
ndimu (:), a lime
ndipo, it is then; it is the place; it is
  there
ndivyo, it is thus; it is those (Ki class
  plural)
ndiyo, yes; it is so
ndizi (:), banana
ndoa (:), a marriage
  funga ndoa na, to tie the nuptual
  knot with . . .
ndoana (:), fish hook
ndoo (:), a bucket
ndoto (:), a dream
  ota ndoto, dream (v)
ndovu (:), an elephant
ndugu (:), brother; sister; kinsman

ndui (:), small-pox
  chanja ndui, to inoculate against
  small-pox
neema (:), prosperity; favours; Grace
  of God
neemeka (v), prosper; be comfortably
  off
neemesha (v), provide well for; help
  someone to prosper
nena (v), speak
nenda! go! (only as a command)
  nenda zako! go away!
  nendeni zenu! you (people) go
  away!
-nene, fat; stout; thick
nenepa (v), get fat
nenepesha (v), fatten; make fat
neno (ma), a word; a statement
nepa (v), sag
neva (:), a nerve
ng'aa (v), shine
ng'akia (v), snarl (of a dog)
ngalawa (:), a dug-out canoe
ngama (:), a ship's hood
ng'ambo (:), the other side of (a
  river, a channel, a small lake)
ngamia (:), a camel
ng'amua (v), realize; know about the
  plans being hatched
ng'ang'ania (v), cling to like a swarm
  of flies over honey
ngano (:), wheat
nganu (:), a myth; a tale
ngao (:), a shield
-ngapi? how many?
  watu wangapi? how many people?
  saa ngapi? how many hours? (what
  is the time?)
ngariba (:), a circumcizer
ng'arisha (v), polish; make
  something shine
ngazi (:), a ladder; stairs; a stair-case
nge (:), a scorpion
ngiri (:), a wart-hog
  mshipa wa ngiri, a hernia

ngisi (:), a cuttle-fish
ng'oa (v), up-root
ngoa (:), jealousy; craving; desire; passion; need
ngoja (v), wait
ngojea (v), wait for
ng'oka (v), be uprooted; come out (tooth, tree)
ngoma (:), a drum; a dance
  cheza ngoma, to dance
  piga ngoma, play drums or any other musical instruments
ng'ombe (:), cow; cattle
ng'ombe dume (:), a bull
ng'ombe jike (ma), a cow; a female cow
ngome (:), a fort
ng'onda (:), sun-dried fish
ng'ong'a (v), buzz
ngono (:), sexual intercourse; conjugal rights
ngozi (:), skin
ngumi (:), fist
  pigana ngumi, engage in boxing; fisticuffs
nguruma (v), growl; roar; rumble
ngurumo (mi), a loud roar; thunder
nguruwe (:), a pig
nguvu (:), strength; influence; force
nguzo (:), a pillar; principle
ngwe (:), a small plot of ground
ni, is; am; are; I am
nia (:), intention; resolution
  tia nia, to be resolved
niaba (:), on behalf of
  kwa niaba ya baba, on behalf of father
  kwa niaba yangu, on my behalf
nidhamu (:), discipline; order; system
nikaha (:), marriage
  funga nikaha, become married
ning'inia (v), dangle; sway
nini? what? (always with verbs (not nouns))
  unasema nini? what are you saying?
  kuna nini? what's the matter?
  kwa nini? why?
ninyi (nyinyi), you people (plural of you singular)
nira (:), a yoke
nishani (:), a medal; a badge
njaa (:), hunger
  nina njaa, I am hungry
  naona njaa, I feel hungry
  nasikia njaa, I feel hungry
njama (:), secret discussion
  kwenda njama, to engage in a secret discussion
nje, outside
  nje ya nyumba, outside the house
njema, good (with n class)
  habari njema, good news
njia (:), road; way; method; system
njiwa (:), a dove; a pigeon
njoo! (v), come! (only as a request or an order)
njooni! (v), you people come! (a request or an order)
njozi (:), vision
njuga (:), ankle bells
njugu (:), peanuts; ground nuts
nne (:), four (counting)
-nne, four
noa (v), sharpen
nona (v), get fat (animals only); get a windfall
nondo (:), a moth
nong'ona (v), whisper
nong'oneza (v), whisper a message to
nongwa (:), a grudge
-nono, fat (animals)
  nyama nono, meat full of fat
nta (:), wax
nufaika (v), get relief; prosper
nuia (v), intend; resolve
nuka (v), smell (bad)
nukia (v), smell sweet
nuksani, bad luck; bringer of bad luck

nuksi (:), something which brings bad luck

nukta (:), a second (one sixtieth of a minute); aim; target (in a plan of action)

nuna (v), sulk

nundu (:), a hump

nungu (:), a porcupine

nung'unika (v), grumble

nunua (v), buy

nunulika (v), be buyable; be within one's means to buy

nurisha (v), give light to; show light

nuru (:), a light

nusa (v), smell

nusu (:), half

nusura, about to happen
nusura nife, I was about to die

nusuru (v), save; succour

nya (v), rain; open bowels

nyaka (v), snatch

nyama (:), meat

nyamaa (v), be quiet

nyamaza (v), be quiet; quieten

-nyamavu, silent; taciturn

nyamazisha (v), silence

nyambua (v), pull to pieces

nyangalika (ma), derisive; a term describing a person with physical strength but no brains, no culture

nyang'anya (v), rob; seize; snatch by force

nyangumi (:), a whale

nyani (:), a baboon

nyanya (:), tomato; grandmother

nyanyasa (v), treat a person with lack of consideration; treat badly especially a person in one's care

nyara (:), booty

nyasi (:ma), grass; reeds

nyati (:), a buffalo

nyauka (v), wither; dry up

nyayo (:), footprints; footsteps (singular unyayo)

nyege (:), a sexual desire

nyemelea (v), stalk

nyenyekea (v), act humbly before someone

-nyenyekevu, humble; meek

nyesha (v), rain; send rain

nyeta (v), be disdainful; be hard to please

nyigu (:), a hornet

nyima (v), deprive of; deny someone something

-nyimivu, stingy

nyinyi, you people (same as ninyi-see)

nyoa (v), shave

-nyofu, straight; upright

nyoka (v), be straight

nyoka (:), a snake

nyonga (v), strangle; throttle

nyonga (:), the hip

-nyonge, weak; humble

nyongeza (:), an increase; a supplement

nyongo (:), bile; bitterness

nyonya (v), suck; lick

nyonyesha (v), suckle

nyonyoa (v), pluck out (feathers, hair)

nyonyoka (v), fall out (feathers, hair)

nyonyota (v), drizzle; throb (pain)

nyosha (v), stretch out; straighten

nyota (:), a star

nyote, you all
nyinyi nyote, all of you

nyoya (ma), a feather

nyuki (:), a bee
mzinga wa nyuki, a bee hive

nyukua (v), pinch

nyuma (:), behind
nyuma ya nyumba, behind the house
nyuma yako, behind your back

nyumba (:), a house

nyumbani, at home; hometown

nyumbu (:), a mule

nyundo (:), a hammer

nyuni (:), a bird (not common); see ndege
nyunya (v), drizzle
nyunyiza (v), sprinkle
nyuzinyuzi, fibrous
nywa (v), (kunywa), drink

nywea (v), shrivel; shrink
nywele (singular unywele), hair
nywesha (v), give a drink to; absorb water
nzige (:), locust

O

oa (v), marry (masculine gender)
oga (v), bathe
-oga, cowardly; timid; afraid
ogelea (v), swim
ogesha (v), bathe someone
ogofya (v), frighten; scare
ogopa (v), be afraid
oka (v), bake; make a fire
okoa (v), save; rescue
okoka (v), be saved; rescued
okota (v), pick up
ole! woe!
ole wangu! woe unto me!
olewa (v), be married (feminine gender)
oleza (v), copy a pattern
omba (v), ask for something; beg
ombea (v), intercede for
omboleza (v), lament
omeka (v), stick in; pile up
omo (:), the forepart of a ship
omoa (v), break up; dig up
ona (v), see; feel
ona homa, feel feverish
ona furaha, feel happy
onana (v), meet
ondoa (v), take away; remove
ondoka (v), go away; leave; depart
ondokea (v), start life with; become
ondolewa (v), be removed from
onea (v), oppress; see with

onekana (v), be seen; be evident
onewa (v), be oppressed
ongea (v), talk; converse
ongeza (v), increase; add to
ongoa (v), guide in the right direction
ongoka (v), be saved; guided; turn a new leaf
ongoza (v), lead; direct
oni (ma), views; one's thinking; opinions (always in plural maoni)
ono (ma), feelings
onya (v), warn
onyesha (v), show
onyesho (ma), exhibition; display
onyo (ma), a warning
-o-ote, any
chakula chochote, any food
opoa (v), draw out; rescue from
orodha (:), a list
orofa (:), upper floor (storey of a house)
-ororo, delicate; tender; soft
nyama nyororo, tender meat
osha (v), wash
osheka (v), be washable; to have been washed clean
ota (v), grow; dream
ota jua (v), bask in the sun
ota ndoto (v), dream
otamia (v), sit on eggs
-ote, all; the whole

watu wote, all the people
nyumba zote, all the houses
tulimla kuku wote, we ate the
whole chicken
otea (v), lie in wait for
otesha (v), grow plants; cause a
dream

-ovu, wicked
mtu mwovu, a wicked person
ovu (ma), evils
ovyo, carelessly; not caring
oza (v), go bad; give permission or
blessings for a marriage to take
place

P

pa, of (Mahali class)
pa (v), to give to
nipe, give me
paa (v), ascend; rise
paa (ma), roof
paa (:), gazelle
pachapacha, exactly alike
paja (ma), thigh
paji (ma), forehead
paka (:), cat
paka (v), apply ointment; medicine;
or perfume
pakana (v), be adjacent
pakia (v), load cargo
pakua (v), unload; dish up food
pale, there
pale pale, just there; just then
palikuwa na, there was; there were
pamba (:), cotton
pamba (v), decorate; furnish; to dress
someone
(jipamba) (v), to dress well
pambana (v), meet in a conflict
pambanua (v), separate; distinguish
pambazuka (v), the sun to come into
the sky; to dawn
pamoja, together
pana, there is; there are
-pana, wide; flat
panda (v), mount; to sew; plant

pande (ma), a block; a large piece
pandisha (v), raise; hoist (a flag, a
sail)
panga (v), arrange; rent
pangilia (v), alternate; interpose
pangusa (v), wipe; remove dust
papa (v), palpitate; be porous
papara (:), haste
papasa (v), stroke gently; grope in
the dark
papasuka (v), be unsteady while
standing; weak
parura (v), scratch; claw
pasa (v), to concern; behove
imenipasa, it is my duty
Pasaka, Easter
pasipo, without
pasua (v), tear; split; saw; explode
pasuka (v), explode (without an
agent)
pata (v), to get
patikana (v), be obtainable; be
caught
payu (ma), foolish talk
payuka (v), talk foolishly
paza (v), grind; lift up
peke, alone
pekee, all alone
peleka (v), send; take to
pelekea (v), send to

penda (v), love; like
pendeza (v), please; be pleasing
pendezo (ma), a proposal; a
  resolution
pendo (ma), love (not used in plural)
pengine, may be; possible; another
  time or place
penye, a place which has . . .
  penye miti, where there are trees;
  the place with trees
penzi (ma), desire; will (always in
  plural)
pepo (:), paradise
  peponi, in paradise; in heaven
pesa (:ma), money (always in plural)
  pesa zangu, my money
  mapesa yangu, my money
pete (:), a ring
pewa (v), receive; be given
-pi, who; which; what
  mtu yupi? which person?
  kiti kipi? which chair?
pia, also
picha (:), picture; photograph
piga picha (v), photograph
piga (v), hit; strike
pigana (v), fight
pika (v), cook
pikipiki (:), motorcycle
pili, second
  -a pili, the second
  kwa pili, the other side
pima (v), measure; weigh; test
pinda (v), bend; fold
pinduka (v), be overturned
pingu (:), handcuffs
pita (v), pass; enter
pito (ma), a path

poa (v), get cool; feel better
pokea (v), receive
pokeo (ma) (ap), traditions; customs
  (always in plural)
pole, an expression of condolence or
  sympathy
polepole, slowly; gently
polisi, police
  askari wa polisi, a policeman
  kituo cha polisi, a police station
pombe (:), beer
pona (v), get well
ponda (v), crush by pounding
pongeza (v), congratulate
pongezi (:), congratulations
  pokea pongezi, receive
  congratulations
pooza (v), be paralysed; be dull;
  lifeless
popote, anywhere; wherever
posa (v), ask in marriage
pote, everywhere
potea (v), get lost
poteza (v), lose; misuse
poza (v), make cool; calm; be
  relaxing; cure
pua (:), nose
pua (v), remove from the fire (a
  cooking pot etc.)
pukupuku, full to overflowing
puma (v), throb
pumbaa (v), to feel relaxed
pumbao (ma), a thing that gives
  solace of mind and soul
pumbu, testicles
pumu (:), asthma
pumzika (v), rest
pumziko (ma), a rest

R

rabsha (:), a brawl
radhi (:), goodwill; blessings
omba radhi, ask for forgiveness;
ask for blessings
radi (:), thunder
piga radi, to thunder
rafiki (:ma), friend
rafu (:), a shelf
raha (:), comfort; luxury; happiness;
rest
rahisi, cheap; easy; light
rahisika (v), become cheap; be easy
rahisisha (v), cheapen; to make
easier; make light of
rai (:), opinion; reflection
rai (v), appeal; persuade
raia (:), citizen; subject
rairai (v), flatter
Rais (ma), President
rakaa (:), bows in a Muslim prayer
rakibisha (v), put together; fix;
assemble; put right
Ramadhani (:), Muslim month of
fasting
ramani (:), a map
ramisi, amuse oneself (v)
ramli (:), divination
piga ramli, to look into the
divining board
ramsa (:), amusement; merrymaking;
fun
randa (v), to jump up and down;
showing off; dance
randa (:), a carpenter's plane
piga randa, to plane
rangi (:), colour
tia rangi, paint
rarua (v), tear; rend
raruka (v), get torn
rasi (:), a geographical cape
rasilmali (:), assets; capital

(investment)
rasmi, official
ratibika (v), be in order
ratibisha (v), arrange
ratibu (v), arrange
ratili (:), a pound (lb., weight)
ree (ma), ace of cards
-refu, long; tall; high; deep
refusha (v), lengthen
regea (v), become slack; become
effeminate
rehani (:), a pledge
weka rehani, to pawn
rehema (:), mercy; blessings
rehemu (v), bless; have mercy on;
bring relief to
rejareja (:), retail (not wholesale)
biashara ya rejareja, retail
business
rejea (v), return
reli (:), railway
remba (v), decorate
rembo (ma), decorations; ornament
rembu (v), disfigure; remove
decoration
riadha (:), discipline, exercise
fanya riadha (v), discipline;
exercise
riba (:), usury
kula riba (v), indulge in usury
ridhaa (:), permission
ridhi (v), please; oblige
ridhia (v), approve; agree
ridhika (v), be satisfied
ridhisha (v), satisfy
rika (ma), a contemporary
rika moja, same age
ringa (v), to put on airs; be self
conceited
ripota (ma), reporter
risasi (:), a bullet

tia risasi (v), to solder
risiti (:), a receipt
rithi (:), inherit
riziki (:), food and other needs, sustenance
robo (:), a quarter
robo saa, quarter of an hour
roho (:), soul; spirit
ropoka (v), talk nonsense
roshani (:), balcony
ruba (:), leach
rubani (ma), a pilot
rudi (v), return; punish; shrink
rudia (v), revise; review; return to

rudisha (v), give back; send back
rudufu (v), double
rufani (:), legal appeal
ruhusa (:), permission
ruhusu (v), permit
ruka (v), jump, fly
rusha (v), cause to fly; refuse to meet a legitimate claim
rushwa (:), a bribe
kula rushwa (v), to take bribes
rutuba (:), moisture; fertility
rutubisha (v), improve the soil
ruzuku (v), supply food and other needs

S

saa (:), an hour; a clock; watch
saa ngapi? what's the time?
saba, seven
sababu (:), reason
kwa sababu gani? why?
kwa sababu, because
sabahi (v), make morning visit; greet
sabalheri, good morning
sabini, seventy
sabuni (:), soap
saburi (:), patience
sadifu (v), come upon; bump into; be correct
sadiki (v), believe
sadikika (v), be believable
safari (:), journey
safi, clean; pure
safihi (ma), arrogant; insulting; rude
safiri (v), travel
safirisha (v), send on a journey; export
safisha (v), clean

safu (:), row; line
saga (v), grind; act as a lesbian
sahani (:), plate; dish
sahau (v), forget
-sahaulifu, forgetful; absent-minded
sahihi (:), signature; attestation
sahihi, correct
sahihisha (v), correct; attest
saidia (v), help
saidiana (v), co-operate; help each other
saili (v), question
saka (v), hunt; trap
sakama (v), stick in the throat
saki (v), fit tight
sakini (v), settle in a place
sala (:), prayer (motions which a worshipper does when praying)
salama!, peace (in a Swahili greeting, response is 'salama')
salama (:), peace; safety
salamu (:), greetings

sali (v), pray; go through the motions of prayer

salimiwa (v), be greeted

salimu (v), greet

saliti (ma), a mischief-maker

saliti (v), cause mischief

samadi (:), manure

samahani (:), forgiveness; beg your pardon; excuse me

samaki (:), a fish

samani (:), utensils and furniture

samawati, sky-blue

sambaa (v), be scattered about

sambamba, alongside

samehe (v), forgive

sana, very; very much

sanaa (:), skilled handcraft; art

sanamu (:ma), a statue; photograph; picture

sanda (:), shroud

sandali (:), sandal-wood

sanduku (ma), box; chest

sanifu (v), compose; invent

sarafu (:), a coin; currency

sare (:), equality between two things; a tie; dress worn by Indian women

sarufi (:), grammar

sasa, now

sasa hivi, at once

sataranji, the game of chess

sauti (:), sound; voice

sawa, equal; alike
    ni sawa sawa, it is equal; it is a tie

sawazisha (v), make equal

sayari (:), a planet

saza (v), leave over

sazo (ma), remainder; leftover

sebule (:), an entrance hall

sedeka (v), be of long duration (generally of an illness)

sehemu (:), a portion; a fraction

sema (v), say; speak; speak against (with an object)
    ana*ni*sema, he speaks against me

semwa (v), be said; be slandered

sembuse, much less; much more; let alone

semeka (v), be utterable

semezana (v), talk together

senea (v), be blunt

sengenya (v), backbite; slander

sentensi (:), a sentence

senti (:), a cent

seremala (ma), carpenter

Serikali (:), Government

setiri (v), conceal

shaba (:), copper

shabaha (:), target; aim; likeness

shabihi (v), resemble

shada (ma), a string of beads; a bunch; a cluster; an anthology
    shada la mashairi, an anthology of poetry

shahamu (:), fat

shahawa (:), semen

shahidi (ma), a witness; martyr

shairi (ma), a poem

shaka (:), doubt

shamba (ma), cultivated field; plantation

shambulia (v), attack

shambulio (ma), an attack

shangaa (v), be astonished

shangaza (v), astonish

shangazi (ma), paternal aunt

shangilia (v), shout with joy; cheer leading

shangwe (ma), rejoicings

shani (:), something unusual; God's unpredictable ways

shanuo (ma), a big comb (see chanuo)

sharabu (v), absorb; saturate

shari (:), adversity; evil
    taka shari, defy; look for trouble

shari (ma), a troublesome person

sharifu (v), esteem

sharifu (ma), noble; honourable person

sharti (ma), obligation; terms

sharubu (ma), moustache (always in plural)
shashi (:), tissue paper
shati (ma), shirt
shaufu (:), naughtiness
shaufu (v), be affected; be naughty
shauku (:), a strong desire; a sexual drive
shauri (ma), advice
taka shauri, seek advice
shauri (v), consult
shavu (ma), the cheek; the calf of leg; biceps
shawishi (v), entice
shemasi (ma), a deacon
shemeji (ma), a brother or sister-in-law
sherehe (:), rejoicings; a display
sheria (:), the law
sherizi, glue
sheshe (:), beauty
shetani (ma), Satan; an evil spirit
shiba (v), be satisfied with food
shida (:), a hardship; scarcity
shika (v), hold; take hold of; catch; arrest
shikilia (v), hold on to; persist in
shikio (ma), handle; rudder
shimo (ma), a pit
shina (ma), a root and trunk; a source
shinda, partly full
shinda (v), overcome; win; spend a day
shindano (ma), a contest (always in plural)
shingo (:), neck
shirika (ma), partnership
shiriki (v), share in; believe in false gods
shoka (ma), an axe
shona (v), sew
shoto, left handedness
kushoto, on the left
shtaki (v), accuse
shtakiwa (v), be accused

shtua (v), startle; scare
shtuka (v), be startled; be scared
shughuli (:ma), a business; an affair
shughulika (v), be busy
shuhudia (v), be witness to
shujaa (ma), a hero; a courageous person
shukrani (:), gratitude
shukuru (v), thank; be grateful
shule (:), school
shupaa (v), be firm; unyielding
-shupavu (wa), obstinate
shurua (:), measles
shuta (v), break wind
si, not; is not; am not; are not; negative of ni
mimi si mbu, I am not a mosquito
siagi (:), butter
siasa (:), politics; diplomacy
sibiwa (v), be affected; be struck; be possessed by an evil spirit or disease
sibu (v), affect; strike; be right
sidiria (:), brassiere
sifa (:), praise; reputation
sifongo (:), sponge
sifu (v), praise
jisifu (v), boast
sifuri (:), naught; zero
sigareti (sigara) (:), cigarette
vuta sigara (v), smoke
siha (:), good health
sihi (v), entreat; appeal; be lawful religiously
sihiri (:), witchcraft
sihiri (v), bewitch
sijambo, I am well
sikia (v), hear; feel
nasikia homa, I feel feverish
sikika (v), be audible
sikiliza (v), listen to
sikilizana (v), agree together
sikio (ma), an ear
sikitika (v), grieve; be sorry
sikitiko (ma), grief

-sikivu, attentive
siku (:), a day
  siku zote, always
silabi (:), a syllable
silaha (:), a weapon
silika (:), disposition; human nature
simama (v), stand; stop
simamisha (v), halt; erect; stop
simba (:), a lion
simika (v), to set up; stick in the sand or land; get sexual erection (male)
simile!, make way!
simo (:), something new; a fad; a saying; proverb
simo, I am not in
  simo matatani, I am not in trouble
simu (:), a telephone; a telegram
  piga simu, to telephone
  simu ya mdomo, a telephone
  simu ya umeme, wireless
simulia (v), narrate; explain; account
simulizi (ma), explanation; narration; a story (always in plural)
sina, I have not
sindano (:), a needle
  piga sindano, to inject (get an injection)
  pigwa sindano, to get a shot
sindika (v), press oil seed or sugar cane
sindikiza (v), see somebody off (on a journey)
sinema (:), cinema
singizia (v), slander; accuse someone of a crime he has not committed
jisingizia (v), (a person) to feign
sinia (:) a tray
sinyaa (v), shrivel
sinzia (v), doze; to feel sleepy
siri (:), a secret
sisi, we; us
sisi sote, all of us
sisi wenyewe, we ourselves
sisimizi (:), small ant
sisimka (v), tingle with excitement

sisimua (v), excite; thrill
sisitiza (v), urge
sita, six
sita (v), stop
sitasita (v), hesitate
sitawi (v), prosper; thrive; swing (of a dance, party)
sitawisha (v), cause to prosper; be responsible for making a party or dance swing
sitini, sixty
sitiri (v), conceal something that could be embarrassing
sivyo, not so; not that way
siyo, no
sizi (ma), soot (always used in plural)
smaku (:), a magnet
soga (ma), idle gossip
  piga masoga, chatter; gossip
sogea (v), come near; move near here
sogeza (v), move someone or thing in this direction
soko (:ma), market
sokoni, market-place
sokota (v), twist; yarn
soksi (:), socks; stockings
sokwe (ma), chimpanzee
soma (v), read; study
somea (v), major in; read (to, for)
somesha (v), teach
somo (ma), a reading; a study; a lesson; one's namesake
sonara (ma), silversmith; goldsmith; jeweller
songa (v), press forward in a thick crowd
songamana (v), jam with people; not enough space to breathe in
sote, all of us (sisi sote, all of us)
staajabisha (v), astonish
staajabu (v), be surprised
staarabisha (v), civilize
-staarabu, be civilized
stadi (ma), expert
staha (:), respect

stahi (v), respect
stahiki (v), be worthy of
stahili (v), deserve
stahimili (v), put up with; show
  patience
-stahimilivu, having patience
stakabadhi (:), a receipt
stakabadhi (v), receive
stakimu (v), thrive; prosper
stara (:), concealment; privacy
starehe (:), comfort; peace of mind
starehe (v), be at ease; be
  comfortable
starehesha (v), entertain; please; give
  comfort
stesheni (:), a station
  stesheni ya polisi, police station
stimu (:), electricity
stiri (v), conceal something that
  could be embarrassing
stirika (v), remove embarrassment
stua (v), startle; scare
stuka (v), be startled; be scared
stusha (v), startle; frighten
subira (:), patience
subiri (v), be patient; show restraint
sudi (:), success
sufi (:), kapok (from kapok tree
  pods)
sufu (:), wool
sufuria (:), a sauce-pan; a metal
  cooking-pot
sugu (ma), rough and tough
sugua (v), scrub; rub on the body
suhuba (:), a friendship
suhubiana (v), strike a friendship
sujudiwa (v), be worthy of worship
  and supplication
sujudu (v), bow down in worship
suka (v), shake; plait

suka nywele, plait hair
sukari (:), sugar
suke (ma), ear of corn
sukuma (v), push
sukumana (v), jostle
sukumiza (v), thrust along
sukutua (v), rinse mouth; gargle
sulibiwa (v), be crucified
sulibu (v), crucify
sulu (:), polish
  piga sulu, to polish
sulubisha (v), toughen
sulubu (:), vigour; energy
  sulubu, difficult (physical
  generally)
suluhisha (v), reconcile
suluhu (:), reconciliation; peace at
  the end of war
sumbua (v), annoy; trouble
sumbuka (v), be annoyed; work with
  no good result
sumbuko (ma), same as sumbuo
  (sumbuko more commonly used)
sumbuo (ma), work which brings no
  good result (always used in
  singular)
sumu (:), poison
  kula sumu, to take poison
  sumu baridi, a cold blooded person
sungura (:), a rabbit; a hare
sura (:), appearance; face; figure;
  form; chapter
suruale (:), pants; slacks; trousers
suruali (:), same as suruale (see)
susu (ma), hanging shelf
suta (v), accuse in public
suto (ma), public accusations
suza (v), rinse
swali (ma), a question
  uliza swali, ask a question

T

taa (:), a lamp
taabani, weary; exhausted
taabisha (v), give a bad time
taabu (:), distress; difficulty
-taalamu, well-informed; be
  educated
taamuli (:), thoughtfulness;
  recognition; consideration
taarifa (:), a report; an
  announcement
tabaka (:), a layer; a lining
tabasamu (v), smile
tabia (:), character; nature
tabibu (ma), a doctor
tabiri (v), predict
tadi (v), offend
tadi (:), rudeness; evil action
tafadhali! please!
tafakari (v), meditate; consider
tafiti (v), be inquisitive; pry into
tafrija (:), recreation; entertainment
tafsiri (:), a translation
tafuna (v), chew; bite
tafuta (v), look for; search (for)
taga (v), lay eggs
tahadhari! behold!; be careful
tahayari (v), be ashamed
tahayarisha (v), shame
tahiri (v), circumcise
tai (:), an eagle; a tie
taifa (ma), a nation
taja (v), name; mention
tajamala (:), a favour
tajamali (v), do a favour
taji (:), a crown
tajiri (ma), a wealthy person; a
  merchant; an employer
tajirika (v), get rich
tajirisha (v), enrich
taka (:), dirt; rubbish
taka (v), want; need

takabadhi (v), receive
takabali (v), accept; agree
takabari (v), show off; be proud
takilifu (:), a discomfort; an
  imposition
takasa (v), cleanse; make bright
takasika (v), be clean; be bright; be
  spiritually pure
takata (v), become clean
takataka, odds and ends
-takatifu, holy
takia (ma), a cushion
takikana (v), be needed
tako (ma), the base; a butt-end; a
  buttock
talaka (:), a divorce
talasimu (:), a charm
taliki (v), divorce
tama, final; decisive
tamaa (:), strong desire; lust; greed
-tamaduni, become civilized
tamalaki (v), rule; possess
tamani (v), covet; long for
tamanika (v), be desired; be
  desirable
tamanisha (v), allure
tamasha (:), a show; pageant
tamati (:), finis
tamba (v), strut proudly; wash after a
  movement of bowels
tambaa (v), crawl; creep
tambarare (:), flat country
tambaza (v), drag on the ground
tambaza maneno (v), drawl
-tambazi, creeping; crawling
tambika (v), make offerings to the
  dead; lay a trap
tambiko (ma), a propitiatory offering
tambua (v), discern; recognize;
  understand
tambulika (v), introduce; be made

known
-**tambuzi,** intelligent
tamka (v), pronounce; utter
tamko (ma), pronunciation; accent
-**tamu,** sweet; pleasant
tamutamu (:), sweets; confectionery
(same as tamtam)
tanabahi (v), understand; come to
understanding
tanabahisha (v), remind; let one
know
tahadhari (v), be on one's guard
-**tanashati,** neat; clean; well-dressed
tanda (v), be spread out; form rain
clouds
tandaa (v), be spread
tandika (v), spread; furnish; make
table; make a bed
tandiko (ma), mat; bedding; awning
tandabui (:), spider's web
tandu (:), centipede
tanga (ma), a sail; a mourning period
(usually used in plural)
tangaa (v), be spread abroad
tangamano (ma), coming together (of
lovers generally)
tangatanga (v), stroll about; dawdle
tangawizi (:), ginger
tangaza (v), publish abroad;
announce
tangazo (ma), a notice; a
proclamation
tangi (ma), a tank
tango (ma), a small cucumber
tangu, since
tangu leo, from today
tangua (v), cancel; annul
tanguka (v), be annulled
tangulia (v), go before; precede
tanguliza (v), put first
tanguo (ma), cancellation; annulment
tania (v), treat with familiarity; chaff
tano (:), five (in counting)
-**tano,** five
watu watano, five people

tanua (v), stretch apart
tanuu (:), a kiln
tanzi (:), a loop; a noose
tanzia (:), an announcement of a
death
tao (ma), curve; arch; gracefulness
tapa (v), shiver; struggle
tapakaa (v), be dotted about; be
everywhere
tapanya (v), disperse; scatter about
tapanyika (v), be dispersed
tapika (v), vomit; throw up
tapishi (ma), vomit (generally in
plural)
tarabu (:), a concert; a musical party
taradhia (v), ask for; beg for
persistently
taraji (v), hope; expect
tarajia (v), hope for
tarajio (ma), hope; expectation
(always in plural)
tarakimu (:), numeral; figures
(counting)
taratibu (:), order; method
taratibu, slowly
tarehe (:), date; chronicles
tarishi (ma), a messenger
tarizi (v), embroider
tarumbeta (:), a trumpet
tasa (:), a barren female; a large
metal sputum or bowl
tasbihi (:), a rosary
taslimu, cash payment
tata (v), tangle; perplex
tatanisha (v), tangle; perplex
tatanua (v), disentangle; clear up a
difficulty
tatarika (v), crackle; chatter
tatika (v), be tangled; be confused
tatiza (v), puzzle
tatizo (ma), a problem
tatu (:), three (in counting)
-**tatu,** three
viti vitatu, three chairs
tatua (v), extricate from; solve a

difficulty

tatuka (v), be extricated from a
difficulty

tauni (:), plague

tausi (:), a peacock

tawa (v), live in seclusion

-tawa, devout
mwanamke mtawa, a devout
woman

tawadha (v), wash the feet and
hands; perform ablution before
Muslim prayers

tawala (v), rule; administer

tawanya (v), scatter

tawanyika (v), be scattered

tawi (ma), a branch

taya (ma), a jawbone

tayari, ready
fanya tayari, prepare

tayarisha (v), make ready

tazama (v), look at

tazamana (v), look at one another

tazamia (v), expect; look forward to;
look into divination board

tega (v), set ready; set a trap

tegemea (v), lean on; rely on

tegemeo (ma), a support

tegemeza (v), support; lean against

tego (ma), charm to ensure wife's
fidelity

tegua (v), let off a trap; sprain

teguka (v), be sprained

teka (v), draw water from a well; win
over; conquer

teke (ma), a kick
piga teke (v), kick

tekelea (v), be fulfilled

tekeleza (v), fulfil; hold spellbound

tekelezo (ma), fulfilment

tekenya (v), tickle

teketea (v), be burnt up; be destroyed

teketeke, soft; tender

teketeza (v), burn up; destroy; cause
arson

tekewa (v), be bewildered

tekua (v), break up; break down

tele, in abundance

teleka (v), put a pot on fire

telekeza (v), halt (for a meal)

telemka (v), descend (also teremka)

telemsha (v), lower; let down (also
teremsha)

teleza (v), slip; be slippery

tema (v), slash

tema kuni (v), cut firewood

tema mate (v), spit

tembea (v), take a walk; go about

tembeza (v), show round; hawk about

tembo (:), elephant; palmwine

-temedeni, cultured (same as
tamaduni)

tena, again; then

tenda (v), do; perform; act

tende (:), dates

tendeka (v), can be done

tendekeza (v), spoil by practice

tendo (ma), an action

tenga (v), set apart

tengana (v), leave one another;
separate

tengemana (v), settle down after an
upheaval

tengenea (v), be in good order; be
repaired

tengeneza (v), put in order; mend;
repair; arrange

tengenezo (ma), orderly arrangement
(always in plural)

tepe (ma), braid; soldiers' stripes

tepetea (v), be listless

-tepetevu, listless; limp

terema (v), be excited; be
enthusiastic

-teremeshi, genial

teremsha (v), lower

tesa (v), afflict; persecute

-tesi, disputing; argumentative

teso (ma), suffering

teswa (v), be persecuted

teta (v), dispute; speak against one

another
tetea (v), speak (or act) for; support
or defend (someone)
tetemeka (v), tremble
tetewanga (:), chickenpox
teua (v), select; choose
teuka (v), belch; be dislocated
teule, chosen
teuliwa (v), be selected; be chosen
-teuzi, fastidious; critical; choosey
thabiti, firm; resolute
thamani (:), value
thamini (v), value
thawabu (:), a spiritual reward
thelathini, thirty
theluji (:), snow
themanini, eighty
thenashara, twelve
thibitika (v), be proved; be confirmed
thibitisha (v), establish; prove
thibitisho (ma), verification
thubutu (v), dare
thuluthu, a third
tia (v), put; pour
tiara (:), a child's kite
tibu (v), treat medically
tibua (v), stir up; make muddy
tibuka (v), be stirred up
tifu (ma), dust
tifua (v), make dusty
tii (v), obey
-tiifu, obedient; loyal
tikisa (v), shake
tikisika (v), be shaky; unsteady
tikiti (ma), a watermelon
tikiti (:), a ticket
timamu, complete
timia (v), be completed
-timilifu, perfect
timiza (v), complete; fulfil
tindi, unripe; half-grown
tindika (v), fall short
tinga (v), shake; vibrate
tingisha (v), cause to shake
tingisha kiuno, sway hips

tingitingi (:), a vibrating bridge
tini (:), figs
tiririka (v), trickle; glide
tisa, nine
tisha (v), threaten; frighten
tishari (:), a lighter; a barge
tisho (ma), a threat
tisini, ninety
tita (ma), a bundle of firewood or
grass
titimka (v), be in excited state
titimua (v), throw into confusion
toa (v), take out; put forth; offer;
give
toba (:), penitence
toboa (v), bore a hole; let the truth
come out; deflower a virgin girl
(crude)
tofaa (ma), an apple
tofali (ma), a brick
tofauti (:), difference
tofautisha (v), distinguish between
tohara (:), ceremonial cleanliness;
circumcision
toja (v), scarify; tattoo
toka (v), go out; come out; go away
tokea (v), appear; happen
tokea, from (is followed by
mpaka)
tokea hapa mpaka Mombasa, from
here to Mombosa
tokea hapo, henceforth
tokeo (ma), the result; the outcome
tokeza (v), jut out; be prominent
tokomea (v), vanish
tokomeza (v), reduce to nothing;
send away to perish
tokosa (v), cook in water or fat
toleo (ma), an issue (publication)
tolewa (v), be removed; be sacrificed;
be issued
tomasa (v), urge to do evil
tomba (v), make love to a woman
tona (v), drip
tone (ma), a drop; a dot

tonge (:ma), a small lump of food

tongoza (v), seduce

tononoka (v), flourish

tope (:ma), mud

topea (v), sink in; hung up on a habit

topoa (v), extricate from a disease; magic; ill-luck

toroka (v), run away

torosha (v), entice away

tosa (v), cause to sink; throw overboard

tosha (v), be sufficient

tosheleza (v), satisfy

tota (v), sink; be drowned; be drenched through

-tovu, lacking

toweka (v), disappear; vanish into thin air

toza (v), exact payment; charge

toza (:), a tobacco pipe

tu, only

tua (v), set down; stop; settle (water); calm down; perch

tuama (v), settle (water)

tubu (v), repent

tufani (:), a storm

tuhuma (:), suspicion

tuhumiana (v), suspect one another

tuhumu (v), suspect

tui (:), juice of grated coconut

tukana (v), abuse; use foul language

tukano (ma), abuse (generally in plural)

tukia (v), happen

tukio (ma), an occurrence; an event

-tukufu, glorious; be worthy of glory

tukuka (v), become exalted; be glorious

tukutika (v), flutter; be agitated

tukutiko (ma), nervous excitement

-tukutu, restless; naughty

tukuza (v), exalt; glorify

tuli, quiet; still

tulia (v), be calm

-tulivu, tranquil; cool and collected

tuliza (v), pacify

tuma (v), send; get service of

tumaini (ma), confidence; hope; expectation

tumaini (v), hope; expect

tumainisha (v), give hope to

tumba (ma), a bud

tumbako (:), tobacco

tumbili (:), a monkey

tumbo (ma), a stomach

tumbua (v), rip open; make a hole in

tumbuiza (v), soothe by singing; sing a lullaby

tumbuka (v), burst open

tumbukia (v), fall into

tumbukiza (v), push into

tumbuza (v), penetrate; burst open

tume (:), a commission or enquiry

tumia (v), use

tumika (v), be employed; be usable

tumikia (v), serve someone else or a cause

tumiwa (v), be used

tunda (ma), fruit

tundika (v), hang up; suspend

tundu (:), a hole; a nest

tunga (v), put together; compose

tungamana (v), be in harmony

tungika (v), hang up; suspend

tungua (v), take down; disconnect

tunu (:), a treasure; a rare gift

tunika (v), set one's heart on

tunisha (v), inflate; fill with air or wind; swell up

tunukia (v), make a present to

tunza (v), take care of

tupa (:), a file; rasp

tupa (v), throw; throw away

tupia (v), throw at/to

-tupu, empty; bare; nude

tusi (ma), filthy abuse

tuta (ma), ridges for planting

tutika (v), pile up; pile loads on head

tutuma (v), swell up

tuza (v), reward

tuzo (:), a price; a present; a reward
twaa (v), take; make love to
twanga (v), unhusk grain by
  pounding
tweka (v), hoist (a flag, a sail)

tweta (v), tremble; throb; pant
tweza (v), humiliate
twiga (:), a giraffe
twika (v), take up a hard load

U

ua (ma), a flower
ua (nyua), a courtyard; backyard
ua (v), kill
uadui (:), enmity; hostility
uaguzi (:), divination
Uajemi (:), Persia; Iran
uambukizo (:), infection
uaminifu (:), faithfulness; honesty
uangalifu (:), carefulness
uangalizi (ma), observation;
  guardianship
uasi (:), disobedience
ubaba (:), fatherhood
ubaguzi (:), segregation;
  discrimination
ubainisho (:), clear evidence
ubalehe (:), puberty
ubani (:), incense
ubao (mbao), a plank; a board
ubashiri (:), prediction
ubatili (:), worthlessness; being in the
  wrong
ubavu (mbavu), a rib
ubawa (mbawa), a wing
ubaya (mabaya), evil
ubeti (beti), verse
ubichi (:), unripeness; rawness
ubikira (:), virginity
ubinadamu (:), human nature;
  humanity
ubingwa (:), skill; expertise;
  speciality

ubini (:), forgery
ubishi (:), argumentativeness
ubivu (:), ripeness
ubongo (mabongo), brain
ubora (:), excellence
ubuni (:), invention
ubutu (:), bluntness
uchafu (:), dirt; filth
uchanga (:), immaturity
uchao (:), dawn
uchawi (:), sorcery; witchcraft
ucheshi (:), good temper; wit
uchi (:), nakedness
  kaa uchi, be naked
uchokozi (:), teasing; flirtation
ochovu (:), tiredness
uchu (:), a craving; a sexual desire
uchukuzi (:), transport; transport
  charges
uchumi (:), trade; earnings;
  economics
uchungu (:), bitterness; labour during
  childbearing
uchunguzi (:), investigation
udadisi (:), curiosity
udevu (plural ndevu), beard
  (generally used in the plural)
udhaifu (:), weakness; meanness
udhalimu (:), injustice
udhi (v), annoy
udhika (v), be annoyed
udhilifu (:), humiliation

udhuru (:), an excuse; a pretext
udogo (:), smallness
udongo (:), soil
udugu (:), brotherhood; sisterhood
ufa (nyufa), a crack; a cleft
ufafanuzi (:), interpretation
ufahamu (:), understanding;
    comprehension
ufalme (:), kingdom
ufananaji (:), resemblance
Ufransa, France
ufasaha (:), elegance in use of
    language; eloquence
ufito (fito), a thin pole
ufidhuli (:), insolence
ufuatano (:ma), sequence
ufuko (fuko), sea-shore
ufundi (:), craftsmanship
ufunguo (funguo), a key
ufupi (:), shortness; diminutiveness
ufupisho (ma), a summary; an
    abbreviation
ugeni (:), strangeness; being in a
    foreign land
ugenini (:), living abroad
ugeuzi (:), variation
ugonjwa (magonjwa), illness
ugua (v), be ill; groan
ugumu (:), hardness; stinginess
uguza (v), nurse a sick person
uhai (:), life
uhalifu (:), disobedience; an
    insurrection
uhamaji (:), migration
uhamiaji (:), immigration
uhamisho (:), banishment
uharibifu (:), destruction;
    debauchery; corruption
uhasidi (:), envy
uhitaji (mahitaji), a need; a necessity
uhodari (:), cleverness; brilliance
uhuni (:), vagabondage
uhuru (:), freedom
uhusiano (mahusiano), relevancy;
    being related

uigaji (:), imitation; play acting
Uingereza (:), England; Britain
Uislamu (:), Muslim religion
uizi (:), theft
ujahili (:), mercilessness; ignorance
ujamaa (:), a family; Socialism
ujana (:), youth
ujane (:), widowhood; spinsterhood;
    bachelorhood
ujasiri (:), daring
ujasusi (:), spying; espionage
ujazi (:), abundance
ujazo (:), capacity
ujeuri (:), arrogance
ujima (:), co-operation
ujinga (:), ignorance
ujira (:), wages
ujirani (:), neighbourhood; a
    neighbourly feeling
ujuzi (:), experience; knowledge
ukaguzi (:), inspection
ukaidi (:), obstinacy
ukali (:), sharpness; severity
ukambaa (kambaa), rope
ukamilifu (:), perfection
ukanda (kanda), a belt; a strap
ukarimu (:), generosity; hospitality
ukatili (:), cruelty
ukavu (:), dryness; absence of
    propriety
uke (:), womanhood; female status
ukiri (:), an acknowledgement
ukiwa (:), loneliness; solitude
ukoma (:), leprosy
ukombozi (:), ransom; salvation
ukongwe (:), extreme old age
ukoo (koo), descent; ancestry
ukorofi (:), being accursed
ukosefu (:), deficiency; lack
ukubwa (:), size; bulk; largeness
ukucha (kucha), a fingernail; toenail
ukufi (kufi), a small handful
ukulima (:), agriculture; cultivation
ukumbi (kumbi), a porch; a hall
ukumbuko (:), a recollection

ukumbusho (ma), a reminder; a memorial; a memento
ukungu (:), mist; mildew
ukunjufu (:), gaiety; cheerfulness
ukurasa (kurasa), a page
ukuta (kuta), a wall
ukuu (:), greatness
ukweli (:), the truth
ulafi (:), greed; glutton
ulaji (malaji), good diet; eating habit
Ulaya (:), Europe
ulevi (:), drunkenness
ulezi (malezi), upbringing
ulimaji (:), agriculture; cultivation
ulimi (ndimi), tongue
ulimwengu (:), the world; the universe
ulinganyifu (:), similarity; harmony
ulinzi (:), protection
uliza (v), ask a question
uma (nyuma), a fork
uma (:), a society; a people
uma (v), hurt; bite; sting; pain
umande (:), dew
umaskini (:), poverty
umati (:), a crowd; a people of one religious belief
umba (v), create
umbali (:), distance
umbo (maumbile), shape; form
umbu (:), sister
umbua (v), disfigure; criticize damagingly
-ume, male
umeme (:), lightning; electricity
umiza (v), cause pain
umoja (:), unity
umri (:), age
umua (v), make the dough
umuka (v), rise; swell (dough)
unadhifu (:), neatness; cleanliness
unafiki (;), hypocrisy
unda (v), construct; make; build
unene (:), thickness; obesity
unga (nyunga), flour; powder

unga (v), join
ungama (v), confess
ungamana (v), be united
ungamanisha (v), bring together; unite
ungua (v), be burnt
Unguja (:), Zanzibar
unguza (v), burn; char
unyamavu (:), quietness
unyang'anyi (:), usurpation; seizure; crooked ways
unyayo (nyayo), a footprint; a track
unyenyekevu (:), humility
unyenyezi (:), haziness
unyevu (:), dampness
unyofu (:), uprightness
unyonge (:), weakness; humility
unyoya (manyoya), feather; animal's hair
unywele (plural nywele), a hair
uo (nyuo), a sheath; a cover
uongo (:), falsehood
uoni (:), sight
uovu (maovu), evil
upambanuzi (:), discrimination
upana (:), width
upandaji (:), planting
upande (pande), side; direction
upanga (panga), a sword
upara (:), a bald head
upatu (patu), a gong
upelekaji (:), transmission
upelelezi (:), investigation; spying
upendano (:), mutual love
upendo (:), love
upenyezi (:), smuggling; bribery
upeo (:), the limit; the horizon
upeo wa macho, the horizon
upepo (pepo), wind
upesi (:), quickly; quickness
upevu (:), maturity
upi? which? (M Mi singular and U classes singular)
mti upi? which tree?
wimbo upi? which song?

101

upimaji (:), measuring; valuation
upinde (pinde), a bow
upindo (pindo), border; hem
upinzani (:), opposition
upofu (:), blindness
upole (:), gentleness
upotevu (:), waste; waywardness
upumbavu (:), stupidity
upungufu (:), deficiency
upuzi (:), nonsense (also upuuzi (:), nonsense)
upweke (:), loneliness
upya (:), newness; anew
urafiki (;), friendship
uraia (:), citizenship
urefu (:), length; height
urembo (:), adornment; finery
urithi (:), inheritance
usafi (:), cleanliness; purity
usaha (:), pus
usahaulivu (:), forgetfulness; absent-mindedness
usalama (:), safety; security
usawa (:), equality
usemi (semi), a saying
ushahidi (:), evidence; proof
ushanga (shanga), beads
ushaufu (:), feelings of sex; sex urge; flirtation
ushawishi (:), persuasion to a wrong act
ushenzi (:), uncouthness; wild behaviour
ushi (nyushi), eyebrow; ridge
ushindi (:), victory
ushirika (:), partnership
ushuhuda (:), evidence
ushujaa (:), bravery; courage
ushupavu (:), obstinacy
ushuru (:), customs duty
usia (v), advise solemnly; bequeath
usikivu (:), attention
usiku (masiku), night
usiku kucha, all night
usingizi (:), sleep

usiri (:), slowness in action and behaviour
uso (nyuso), face; surface
ustaarabu (:), civilization
ustadi (:), skill; specialism
ustahivu (:), deserving
usukani (sukani), a steering-wheel
usukumizi (:), an impulse
uta (nyuta), a bow
utabibu (matibabu), medical treatment; knowledge of medicine
utafiti (:), inquisitiveness
utaji (taji), a veil
utajiri (:), wealth
utambuzi (:), intelligence; alertness; understanding
utamu (:), sweetness; pleasantness; taste
utani (:), a familiar friendship
utaratibu (:), orderliness
utawa (:), religious devotion and seclusion
utawala (:), government; administration; a reign
utelezi (:), slipperiness
utendaji (:), activity; the act of doing
utenzi (tenzi), a long poem
utepe (tepe), braid; tape; ribbon
utetezi (:), argument; representation
uthabiti (:), stability; firmness
uti wa mgongo (nyuti za), backbone
utii (:), obedience
utoto (:), childhood
utovu (:), lack
utu (:), manhood; manliness; humanity
utukufu (:), glory; high position
utulivu (:), peacefulness; calmness
utume (:), an errand; prophethood
utumishi (:), service
utumizi (:), usefulness; spending
utumwa (:), slavery
utundu (:), mischief; naughtiness
utungaji (:), composition
utunzaji (:), the care of

uuaji (mauaji), murder
uuguzi (:), nursing the sick
uungwana (:), gentlemanly qualities
uuzaji (:), sale; selling
uvimbe (:), a swelling
uvivu (:), idleness; laziness
uvulana (:), youthfulness (male)
uvuli (:), shade
uvumbuzi (:), discovery
uvumi (:), a rumour
uvutano (:), mutual attraction
uvuvi (:), fishing
uwakili (:), agency; advocacy
uwanda (nyanda), a plain; plateau

uwezo (:), power; ability; influence
uza (v), sell
uzao (:), offspring; the uterus
uzee (:), old age
uzembe (:), negligence
uzi (nyuzi), thread; string; wire; tape
uzima (:), life; wholesome health
uzito (:), heaviness; weight
uzoevu (:), familiarity
uzulu (v), dethrone
  jiuzulu (v), resign from an
  important position
uzuri (:), beauty; make up

V

vaa (v), wear
valika (v), be wearable
vamia (v), pounce upon; lie on
vazi (ma), a garment
vema, very well!; good!
vibaya, bad; badly
vifaa, equipment (always in plural)
  (in plural, ki vi class)
vigumu, (with ni), it is difficult . . . (to
  believe, etc.)
vika (v), clothe
vimba (v), swell
vingi (ki vi class), many
vingine (ki vi class), some; others
viringana (v), be round
vita, war; battle (always in plural, ki
  vi class)
vivi hivi, in this same way
-vivu, idle; lazy
vizuri, well; OK

vua (v), fish; take off clothes; save
  from danger
vuja (v), leak
vuka (v), cross-over (river, bridge
  etc.)
vuma (v), blow; rumble
vumbi (ma), dust
vumbua (v), discover; invent
vumilia (v), endure; bear; be patient
vuna (v), harvest
vunja (v), break
vunjika (v), be broken
vuno (ma), a harvest (always in
  plural)
vuruga (v), confuse; stir up; break
  into very small pieces
vuta (v), pull; smoke; draw to;
  fascinate
vuvia (v), blow; fan a fire

W

wa (v), (kuwa), be
nilikuwa mgonjwa, I was sick
kuwa na, to have
nilikuwa na furaha, I was happy; (I
was with happiness)
wadia (v), be time for
wakati umewadia, the time has
come for
wahi (v), be in time for
wajibu (:), an obligation; a duty
wajihi (v), meet; greet
wajihi (:), a face
wajihiana (v), meet face to face;
greet one another
waka (v), burn; shine
wakala (nyakala), agency; power of
attorney
wakati (nyakati), time
wakia (:), an ounce
wakili (ma), an agent; a lawyer; an
advocate
wala, neither; nor
walakini, however; but
wali (nyali), cooked rice
wanadamu, human beings (singular
mwanadamu)
wanda (v), get fat
wanga (:), starch
wapi?, where? (interrogative)
waraka (nyaraka), a document
waridi (ma), a rose
wasaa (:), leisure time; opportunity;
space
washa (v), light; itch
wasifu (:), a description; a biography
wasiwasi (:), perplexity; anxiety
wastani, average
wavu (nyavu), a net
wayo (nyao), a footprint
waza (v), think; imagine

wazi, open
wazimu (:), madness
waziri (ma), minister (of
government)
wazo (ma), thought; supposition;
imagination
weka (v), put; put by; place; appoint
wekea (v), put aside for
wekevu (:), dexterity; experience;
cleverness
wema (mema), goodness
wembamba (:), thinness; narrowness;
slimness
wembe (nyembe), a razor
wengi, many (people or other living
beings)
wengine, some; others (m wa class)
wepesi (:), quickness
werevu (:), shrewdness
weusi (:), darkness; blackness
watu weusi, black people
wewe, you (singular)
weza (v), be able; be capable
wia (v), be owed by; have a claim on
wifi (:), sister-in-law
wiki (:), a week
wilaya (:), a district
-wili, two
watu wawili, two people
wima, upright
wimbo (nyimbo), song; hymn
winda (v), hunt
wingi (:), abundance
wingu (ma), cloud
wino (nyino), ink
wivi (:), theft (same as wizi, see)
wivu (:), jealousy; envy
wiwa (v), owe
wiwa na (v), owe to
wizi (:), theft (same as wivi, see)

woga (:), cowardice
wokovu (:), salvation
wo wote, any (m wa plural)
    watu wowote, any people

wote, all; whole (m wa class)
    watu wote, all the people
    tulimla ng'ombe wote, we ate up
    the whole cow

Y

yaani, that is to say
Yahudi (ma), a Jew
yai (ma), an egg
yakini (:), the truth; certainty
yakinisha (v), confirm
yamini (:), right hand; a solemn oath
yatima (:ma), an orphan
yeye, he; him; she; her

ye yote, anyone
yeyuka (v), melt
yeyusha (v), cause to melt
yowe (ma), a shout for help; a big
    noise
yumkini, possibly; probably; it is
    possible
yupi?, who?; which? (living things)

Z

zaa (v), bear offspring or fruit
zabibu (:), grapes; raisin
zagaa (v), give bright light all over
    the place
zaidi, more
zaidi ya, more than
zalisha (v), act as midwife in child-
    bearing
zaliwa (v), be born
zama (:), a period of time; epoch
zama (v), sink; drown
zamani, long ago
zamu (:), turn
    zamu yangu, it is my turn
zana (:), weapons; gadgets; fittings
zao (ma), produce (always in plural)

zatiti (v), prepare (generally for a
    conflict)
zawadi (:), a present; a gift
zembe, negligent
ziada (:), an increase; a surplus; in
    addition
ziara (:), a visit
ziba (v), get stopped up
zibua (v), unstop; uncork; clear a
    hole
zidi (v), increase
zidisha (v), add more
zidiwa (v), be hard pressed; be
    overcome
zihi (:), grace; aplomb; personality
zika (v), bury

zima (v), extinguish

-zima, whole; well; intact

zimia (v), faint

zimika (v), go out (fire); be
  extinguished

zimua (v), dilute a liquid

zinaa (:), sexual matters; fornication

zinga (v), go round; turn round

zingatia (v), bear in mind; consider

-zingativu, thoughtful

zingira (v), surround

zini (v), commit adultery; fornicate

-zito, heavy; serious; dull

ziwa (ma), a lake; breast

zizima (v), get cold

zizimia (v), sink; disappear
  altogether

zoa (v), sweep up

zoea (v), get used to; get accustomed
  to

-zoelefu, familiar with

zoeza (v), train by practice
  jizoeza (v), to practise

zoezi (ma), an exercise